கிரிப்டோ கரன்சி
ஓர் அறிமுகம்

நா.கோபாலகிருஷ்ணன்

கிரிப்டோ கரன்சி
நா.கோபாலகிருஷ்ணன் ©

சுவாசம் பதிப்பகம்

Crypto Currency
by N.Gopalakrishnan ©

First edition: Dec 2023

ISBN: 978-93-95272-88-9
Title Number: Swasam 103

Published by:
Swasam Publications Private Limited,
52/2, Near B.S Mahal, Ponmar,
Chennai, Tamil Nadu – 600127
Email: swasam.publications@gmail.com

Printed by: Pustaka Digital Media, Dindigul - 624005

To buy the book: Swasam Bookart - +91-8148066645
Website: https://www.swasambookart.com/

உள்ளே...

பொருளதிகாரம்

கொரோனா முழு அடைப்புக்காலம் நமக்கு நிறைய அனுபவங்களையும் பிரச்சினைகளையும் தந்தது. பெரும்பான்மையான மக்கள் பாதிப்படைந்தது நிதி சார்ந்த பிரச்சினைகளால்தான்.

ஒரு எதிர்பாராத இடர் வரும்போது, அதனை எதிர்கொள்வதற்கு நாம் எந்த அளவிற்குத் தயாராய் இருக்கிறோம் என்பதை இந்த முழு அடைப்புக்காலமானது நமக்குக் கற்றுத் தந்தது. முந்தைய தலைமுறையில் இல்லாத நுகர்வுக் கலாசாரத்தை நாம் அனுபவிக்க ஆரம்பித்துவிட்டோம். தேவையோ இல்லையோ எல்லாப் பொருட்களையும் வாங்கிக் குவித்துள்ளோம். அப்படியான வாழ்விற்குப் பழகிவிட்டோம்.

முழு அடைப்புக்காலம் வந்தவுடன் நாம் அனைவரும் யோசித்தது அடுத்த மாத இ.எம்.ஐ பற்றித்தான். மூன்று வேளை சாப்பாடு இல்லையென்றாலும் ஒருவேளை கஞ்சியாவது குடித்து வாழ்ந்து விடலாம் என்ற தைரியம் இருந்தது. ஆனால், இந்த மாதத்தவணை ஒரு பெரும் பூதத்தைப் போல முன் நின்றது. நம்மை அறியாமலேயே அப்போது நமக்குள் எழுந்த ஒரு கேள்வி, நம்மிடம் உள்ள சேமிப்பு எவ்வளவு?

தன்னைத் தானே இக்கேள்வியைக் கேட்டுக் கொண்ட பெரும்பாலானவர்களுக்குக் கிடைத்த பதில் பெரும் ஏமாற்றம்தான். ஐந்து இலக்கத்தில் சம்பாதிப்பவர்கள் கூடத் தங்களது சேமிப்பில் இரண்டு மாதத்திற்கான தொகையை வைத்திருக்கவில்லை என்பதே நிஜம். அதன்

பயனை நிறையத் தங்கநகைக் கடன் நிறுவனங்கள் அனுபவித்தன. வீடு, மனை என்று சில முதலீடுகள் இருந்தாலும், உடனடியாகப் பணமாக மாற்றக்கூடிய தங்கம் போன்ற முதலீடுகளும் முக்கியம். ஆனால் தங்கம் தவிர்த்த இன்னும் சில வழிமுறைகளை யாருமே இங்கே யோசித்திருக்கவில்லை. (90% தங்கத்தை கூட வீட்டில் உள்ள பெண்களின் வற்புறுத்தலில்தான் வாங்கியிருப்பார்கள்.)

"வாங்கற சம்பளம் செலவுக்கே பத்தலை இதுல என்னத்த சேமிப்பது" என்று ஒரு நண்பர் கேள்வி கேட்டார். இங்கே கேள்வி, சேமிப்பது பற்றி அல்ல. பண நிர்வாகத்தைப் பற்றியது. மிகச் சாதாரணமாய் ஒரு உதாரணம் சொல்லலாம். மளிகைக் கடையில் மிச்சக்காசுக்குத் தரும் சாக்லேட். ஒரு சாக்லேட்டின் விலை ஐம்பது காசு. ஒரு மாதத்தில் இரண்டு முறை நீங்கள் இப்படி ஏமாற்றப்பட்டால், ஒரு வருடத்தில் 12 ரூபாய் ஆகிறது.

12 ரூபாயில் என்னய்யா ஆகப்போகின்றது என்பதுதானே கேள்வி?

ஒரு கோப்பை தேநீரின் விலை 10 ரூபாய். ஏதாவது ஒரு தேநீர்க்கடையில் இலவசமாய் உங்களால் ஒரு தேநீர் அருந்தமுடியுமா?

சரி, ஐம்பது பைசா சரியாய் வாங்கினால் எல்லாம் சரியாகிவிடுமா என்று கேட்டால் இல்லை. ஆனால் அதுதான் ஆரம்பப்புள்ளி. கடையில் மிச்சம் வாங்காத பணத்தில் ஆரம்பித்து பணம் புரளும் அனைத்து இடங்களிலும் நாம் நமது கவனக்குறைவினால் தவற விடும் பணத்தின் அளவு குறைந்தது ஒரு வருடத்திற்கு ஐந்தாயிரமாவது வரும். அதுபோல நாம் செய்யும் அனாவசியச் செலவுகளும் ஒரு வருடத்தில் குறைந்தது ஐந்தாயிரமாவது வரும்.

2000ல் ஒரு கிராம் தங்கத்தின் விலை 440. இப்போது ஒரு கிராம் தங்கத்தின் விலை 6000 வரை நெருங்கிவிட்டது. இருபது வருடத்தில் கிட்டத்தட்ட 13 மடங்கு வளர்ச்சி.

நீங்கள் மிச்சம் பிடிக்கும் பணத்தில் இரண்டு கிராம் தங்கம் வாங்கி வையுங்கள். இருபது வருடம் கழித்து உங்கள் குழந்தைக்குச் சுமார் ரூ1,30,000/- தோராயமாகக் கிடைக்கும். (அப்போது அது மிகச் சாதாரணமான தொகையாக இருந்தாலும், யார் இலவசமாய்க் கொடுப்பார்கள்?)

நமது குழந்தைப் பருவ காலத்தில் அம்மாக்கள், அப்பா எவ்வளவு கொடுத்தாலும் அதில் கொஞ்சம் மிச்சம் பிடித்துக் கடுகு டப்பாவிலோ, பருப்பு டப்பாவிலோ போட்டு வைத்திருப்பார்கள்.

தங்கத்தின் விலை 1965 முதல் இன்றுவரை

Year	Price (24 karat per 10 grams)	Year	Price (24 karat per 10 grams)	Year	Price (24 karat per 10 grams)	Year	Price (24 karat per 10 grams)
1965	Rs.71.75	1981	Rs.1,800.00	1997	Rs.4,725.00	2014	Rs.28,006.50
1966	Rs.83.75	1982	Rs.1,645.00	1998	Rs.4,045.00	2015	Rs.26,343.50
1967	Rs.102.50	1983	Rs.1,800.00	1999	Rs.4,234.00	2016	Rs.28,623.50
1968	Rs.162.00	1984	Rs.1,970.00	2000	Rs.4,400.00	2017	Rs.29,667.50
1969	Rs.176.00	1985	Rs.2,130.00	2001	Rs.4,300.00	2018	Rs.31,438.00
1970	Rs.184.00	1986	Rs.2,140.00	2002	Rs.4,990.00	2019	Rs.35,220.00
1971	Rs.193.00	1987	Rs.2,570.00	2003	Rs.5,600.00	2020	Rs.48,651.00
1972	Rs.202.00	1988	Rs.3,130.00	2004	Rs.5,850.00	2021	Rs.48,720.00
1973	Rs.278.50	1989	Rs.3,140.00	2005	Rs.7,000.00	2022	Rs.52,670.00
1974	Rs.506.00	1990	Rs.3,200.00	2007	Rs.10,800.00	2023 (Till Today)	Rs.61,650.00
1975	Rs.540.00	1991	Rs.3,466.00	2008	Rs.12,500.00		
1976	Rs.432.00	1992	Rs.4,334.00	2009	Rs.14,500.00		
1977	Rs.486.00	1993	Rs.4,140.00	2010	Rs.18,500.00		
1978	Rs.685.00	1994	Rs.4,598.00	2011	Rs.26,400.00		
1979	Rs.937.00	1995	Rs.4,680.00	2012	Rs.31,050.00		
1980	Rs.1,330.00	1996	Rs.5,160.00	2013	Rs.29,600.00		

பால் பாக்கெட் கவரில் ஆரம்பித்து எந்தெந்த வகையிலெல்லாம் ஒரு ரூபாய், இரண்டு ரூபாய் கிடைக்கும் எனப் பார்த்துச் சேமிப்பார்கள். அந்த ஒரு ரூபாயும், இரண்டு ரூபாயும் பெரிய பணம் இல்லை. ஆனால் அது சிறிது சிறிதாகச் சேர்ந்து உங்களுக்கு உடையாகியிருக்கலாம் அல்லது மோதிரமாகியிருக்கலாம். உங்கள் கல்விக்கட்டணம் ஆகியிருக்கலாம். அதுவும் ஒரு வகையான நிதி நிர்வாகம்தான்.

சேமிப்பு, முதலீடு என்றவுடன் ஆயிரங்களில் ஆரம்பித்து லட்சங்களில் யோசிக்க வேண்டியதில்லை. ஒரு ரூபாயில் கூட நமது சேமிப்பினை ஆரம்பிக்கலாம். நூறு ரூபாயில் கூட முதலீட்டினை ஆரம்பிக்கலாம். இதற்கு நாம் பெரிய பொருளாதாரப் புலியாக இருக்கவேண்டிய அவசியம் இல்லை. தேவையான வாய்ப்புகளை மட்டும் தெரிந்துகொண்டால் போதும். இங்கே நேர்வழியில் பொருள் செய்யவும், பெருக்கவும் நிறைய வழிகள் கொட்டிக்கிடக்கின்றன. அப்படியான வழிகள் பற்றிப் பேசுவதே இந்தப் 'பொருளதிகாரம்' என்னும் புத்தகம்.

இந்தப் புத்தகத்தின் மூலமாகச் சிறு சேமிப்புத் திட்டங்கள் (Small Savings), காப்பீடுகள் (INSURANCES), வைப்பு நிதிகள் (FIXED DEPOSITS), பங்குச்சந்தை (SHARE MARKET), பரஸ்பர நிதி (MUTHUAL FUNDS), கிரிப்டோ கரன்சி (CRYPTO CURRENCY) இப்படி எல்லாவற்றையும் பற்றித் தெரிந்து கொள்ளலாம். இதனைத் தெரிந்து கொள்வதன் மூலமாக முதலீடு செய்வது மட்டுமன்றி, நாம் கஷ்டப்பட்டுச் சம்பாதிக்கும் பணத்தை ஏமாந்து விடாமலும் இருக்கலாம். இந்தியாவைப் பொறுத்தவரை நம்பிக்கையான முதலீடுகள் எத்தனை இருக்கின்றதோ, அதே அளவுக்கு ஏமாற்றக் கூடிய வழிகளும் உள்ளன.

தற்போது முதலீடுகள் பற்றிப் பேசும்பொழுது தவறாமல் எல்லோரும் உச்சரிக்கும் ஒரு சொல் 'கிரிப்டோ கரன்சி' முதலீடு. உண்மையைச் சொன்னால் முதலீடு குறித்துப் பேசும் பொழுது கடைசியாகப் பேச வேண்டியதுதான் கிரிப்டோ கரன்சி. ஏனெனில் அதிக உத்தரவாதம் உள்ள முதலீட்டில் ஆரம்பித்து அதிக அபாயங்கள் (ரிஸ்க்) உள்ள முதலீடு என்று வகைப்படுத்தினால் அதில் 'கிரிப்டோ கரன்சி' தான் கடைசியில் நிற்கும். ஆனால், அதே சமயத்தில் கிரிப்டோ கரன்சியின் பேரால் நடக்கும் மோசடிகளும், ஏமாற்று வேலைகளும் அதிகம். அதனால் 'கிரிப்டோ கரன்சி' குறித்த அடிப்படை விஷயங்களை மக்களுக்குப் புரியவைக்கும் வகையில் எழுதப்பட்டதே இந்தப் புத்தகத்தின் நோக்கம்.

அறிமுகம்

இந்தப் புத்தகத்தின் நோக்கம் கிரிப்டோ கரன்சி வாங்க வேண்டும் என்ற ஆசையைத் தூண்டுவதில்லை. அதே சமயம் கிரிப்டோ கரன்சியை வாங்கி விடாதீர்கள் என எச்சரிப்பதும் அல்ல. இந்த உலகம் ஒவ்வொரு வினாடியிலும் மாறிக் கொண்டிருக்கின்றது. புறாவில் ஆரம்பித்த தகவல் தொடர்பு, கடிதப் போக்குவரத்தாகி இன்று இமெயில், வாட்ஸாப் என வளர்ந்து நிற்பதைப் போல, ஒவ்வொரு துறையிலும் பெரும் மாற்றங்கள் நிகழ்ந்து கொண்டே இருக்கின்றன.

அப்படித்தான் பண்டமாற்றில் தொடங்கிய நம் பரிவர்த்தனைகள், தங்கம், வெள்ளி, செப்பு நாணயங்கள் என மாறி காசு, காகிதப்பணம் என்றாகி இன்றைக்குக் கூகுள் பே (G PAY), பே டி எம் (PAYTM) என மின் பரிவர்த்தனைகளில் வந்து நிற்கின்றது. இதன் ஒரு வளர்ச்சியாக கிரிப்டோ கரன்சி இருக்கலாம். ஒரு வேளை இதுதான் எதிர்காலம் என்றால் அதனைப் பற்றித் தெரிந்து கொள்வதில் என்ன தவறு. அதெல்லாம் வாய்ப்பே இல்லை என்று சொன்னால். அதனைத் தெரிந்து கொள்வதினால் நமக்கு என்ன இழப்பு.

முதன் முதலில் பிட்காயின் (BITCOIN) என்ற வார்த்தை செய்தித்தாள்களின் வழியாக அறிமுகம் ஆன போது அதனைப் பற்றி எனக்கு ஒன்றும் தெரிந்திருக்கவில்லை. பின்னர் அதனைப் பற்றித் தெரிந்து கொள்ள முயன்றபோது பிட்காயின் என்பது கிரிப்டோ கரன்சியில் ஒன்று (முதன் முதலாக உருவாக்கப்பட்ட கிரிப்டோ கரன்சி) எனத் தெரிந்து கொண்டேன். அப்போது நண்பர் ஒருவர் கிரிப்டோ கரன்சி சட்ட விரோதப் பரிவர்த்தனைகளுக்குப் பயன்படுகின்றது

என்று பயமுறுத்தினார். ஆகவே, அதனைப் பற்றித் தெரிந்து கொள்ளும் ஆசையை விட்டு விட்டேன். சில மாதங்களுக்குப் பின் வெளிநாட்டிலிருக்கும் ஒரு நண்பனோடு உரையாடிக் கொண்டிருக்கும்போது அவன் கிரிப்டோவில் ஒரு லட்சம் வரை லாபம் அடைந்ததாகவும், அது முறையான பரிவர்த்தனைதான் அதில் சட்ட விரோதம் எதுவும் இல்லை என்று சொல்லி சில விபரங்களை விளக்கினான்.

வழக்கம் போல ஆர்வமாக அது குறித்த விபரங்களை வாசிக்கவும், தெரிந்து கொள்ளவும் ஆரம்பித்தேன். ஒருவர் தனது புத்தகத்தில் பிட்காயின் வாங்கி நிறையச் சம்பாதித்ததாகவும், இப்போது எல்லாப் பணத்தையும் திரும்பி எடுத்து விட்டதாகவும், இனி இந்த மார்க்கெட் காணாமல் போய்விடும் அதனால் நீங்கள் முதலீடு செய்யவேண்டாம் எனவும் கூறியிருந்தார்.

இன்னொருவர் கிரிப்டோ துறை இப்போதுதான் வளர்கின்றது, உடனடியாக முதலீடு செய்யுங்கள் என்றார். மற்றொருத்தரோ கிரிப்டோ என்பது பெரிய ஏமாற்று வேலை. ஏமாந்து விடாதீர்கள் என்றார். ஆனால் ஒருவர் கூட கிரிப்டோ கரன்சியின் அடிப்படை பற்றிய தெளிவைத் தரவில்லை. ஒரு விஷயத்தின் அடிப்படை தெரியாமல் எப்படி முடிவெடுப்பது. மீண்டும் கிரிப்டோ குறித்த தேடுதல் தொடர்ந்தது. பின்னர் நண்பர் சொன்ன எக்ஸேஞ்சில் (EXCHANGE) ஒரு கணக்கை ஆரம்பித்து சில ஆயிரம் ரூபாய்களை முதலீடு செய்து ஒரு வருடமாகத் தொடர ஆரம்பித்தேன். நான் முதலீடு செய்த தொகையானது இரண்டு மாதங்களில் பாதியாகக் குறைந்தது. கொஞ்சம் பயம் வந்தது. பின்னர் நண்பரின் வழிகாட்டுதலில் சில வாங்கி விற்கும் வேலைகளைச் செய்ய ஆரம்பித்த பின், வளர ஆரம்பித்தது. நான்காவது மாதத்தில் இரட்டிப்பாகிப்போனது. பின்னர் கூடக் குறைய எனக் கண்ணாமூச்சி ஆடிக் கொண்டே இருந்தது. உண்மையில் இப்போது நான் முதலீடு செய்த தொகை இரண்டு மடங்கை விட அதிகமாகவே இருக்கின்றது. இது இப்படியே நீடிக்குமா என்று தெரியாது.

இப்படியாக கிரிப்டோ கரன்சி என்றால் என்ன, அதில் ஆடப்படும் கண்ணாமூச்சி என்ன என்று நான் அறிந்து கொண்டவற்றை விளக்கும் முயற்சிதான் இப்புத்தகம். அதற்கு முன் ஒன்றைத் தெளிவு செய்து விடுகின்றேன். நான் ஒரு பொருளாதார நிபுணன் கிடையாது. கணினி வல்லுநன் கிடையாது. ஒரு சாமானியனாய் நான் கற்றுக் கொண்டதை எவ்வளவு எளிமையாக முடியுமோ அவ்வளவு எளிமையாய் பகிர்கின்றேன். மீண்டும் சொல்கிறேன், இந்தப் புத்தகத்தின் நோக்கம் உங்களுக்கு கிரிப்டோ கரன்சி வாங்க வேண்டும் என்ற ஆசையைத் தூண்டுவதில்லை. கிரிப்டோ கரன்சியை வாங்கி விடாதீர்கள் என்று பயப்பட வைப்பதும் அல்ல.

மாற்றம் ஒன்றே மாறாதது

> உலகில் 195 நாடுகள் இருக்கின்றன. அந்த நாடுகளில் இன்றைய கணக்கிற்கு, ரூபாய், டாலர், தினார், இதுபோல தோராயமாக 162 வகையான பணம் புழக்கத்தில் உள்ளன. இந்த கரன்சிகள் ஃபியாட் (Fiat Money) என்று அழைக்கப்படுகின்றன.

ஒவ்வொரு காலத்திலும் பொருளாதாரப் பரிவர்த்தனைகள் மாறிக் கொண்டே இருந்திருக்கின்றன.

ஒரு காலத்தில் பண்டமாற்று முறை வழக்கில் இருந்திருக்கின்றது. அது தானியத்திற்கு ஈடாக ஏதேனும் ஒரு பொருளைக் கொடுத்தால் வியாபாரியிடமிருந்து தானியம் வாங்கிக்கொள்ள இயலும். பின்னர் தானியத்திற்கு ஈடாக இத்தனை வராகன் அல்லது கழஞ்சு கொடுத்து பொருட்கள் வாங்கும் முறை இருந்தது. பண்டமாற்று முறையென்றால் ஒரு பொருளைப் பெறுவதற்கு இன்னொரு பொருளை ஈடாகக் கொடுத்துப் பெற்றுக்கொள்வது (உதாரணமாக, அரிசிக்குப் பதிலாக உப்பு, நெல்லுக்குப் பதிலாகக் கம்பு போன்று.)

பண்டமாற்று முறையின் பெரும் குறைபாடு ஒரு பொருளின் மதிப்பினை அதற்கு ஈடாகப் பெறும் பொருளின் மதிப்பு சமன் செய்யாமல் இருப்பது மற்றும் அதனை முறையாகக் கணக்கிட முடியாமல் போவது. எனவே வியாபாரப் பரிவர்த்தனைக்கு வேறு ஒரு முறையைத் தேட வேண்டிய கட்டாயம் இருந்தது. பின்னர் சில காலம், நிலம் போன்ற பெரிய பரிவர்த்தனைகளுக்குப் பசுவை ஈடாகக்

கொடுக்கும் வழக்கம் இருந்ததாகவும் வரலாற்றில் தகவல் உள்ளது. இப்படியாக அடுத்த கட்டத்திற்கு அவர்கள் நகர்ந்த போது, அவர்களைக் காக்க உருவாக்கப்பட்ட அரசுகள், இந்தப் பரிவர்த்தனைகளை முறைப்படுத்தவும், மக்களைக் கட்டுக்குள் வைக்கவும் நாணயங்களை உருவாக்கினார்கள்.

முதன் முதலில் நாணயங்கள் உருவாக்கப்பட்ட போது கண்டிப்பாய் நிறையக் குறைகள் இருந்திருக்கும். முறையான வழிமுறைகள் இருந்திருக்காது. பெரும்பான்மை மக்களிடம் எதிர்ப்பும், நாணயங்களைப் பயன்படுத்துவதில் தயக்கமும் இருந்திருக்கும். இன்னும் சொல்லப் போனால் பயம் இருந்திருக்கும். இந்த நாணயத்திற்கு இவ்வளவு மதிப்பு என்கிறார்களே இது உண்மையா, ஒருவேளை இதனைப் பயன்படுத்த முடியாமல் போனால் என்ன செய்வது. இப்படி ஏராளமான பயம் இருந்திருக்கலாம். ஒரு புதிய மாற்றம் வரும் வேளையில், இப்படியான தயக்கமும், பயமும் மக்களுக்கு வருவது இயல்புதான். நாணயங்கள் காகிதப் பணமாக மாற்றப்பட்ட போது, நேரடிப் பணப் பரிவர்த்தனை மின் பரிவர்த்தனையாக மாற்றப்பட்டபோது என மக்களுக்கு ஒவ்வொரு கட்டத்திலும் தயக்கமும் பயமும் இருந்திருக்கின்றது. ஏனெனில் பணம் என்பது அவர்களின் உழைப்பு.

இந்தியாவில் நாணயங்களின் தோற்றம் என்பது ஆறாம் நூற்றாண்டிலிருந்து துவங்குகிறது என்பது வரலாற்றுச் செய்தி.

காகிதத்தாலான பணம் முதன் முதலில் 18ம் நூற்றாண்டில் வெளியிடப்பட்டது. முதலில் தனியார் வங்கிகளான பாங்க் ஆஃப் மெட்ராஸ், பாங்க் ஆஃப் பம்பாய் மற்றும் பாங்க் ஆஃப் பெங்கால் போன்றவை காகிதப் பணத்தை அச்சிட்டு வெளியிட்டது.

1861ம் ஆண்டு இந்திய அரசு மட்டுமே காகிதப் பணம் அச்சிட வேண்டும் என்ற சட்டம் ஆங்கிலேயர்களால் இயற்றப்பட்டது. அதன் பின்னர் 1938ல் ரிசர்வ் பேங்க் ஆஃப் இந்தியா உருவாக்கப்பட்டபின் பணத்தை அச்சிடும் உரிமை அதற்கு மாற்றப்பட்டது.

முதன்முதலில் ஐந்து ரூபாய் மதிப்புள்ள பணம் அச்சிடப்பட்டது. (அதில் ஆறாம் ஜார்ஜ் மன்னரின் உருவம் அச்சிடப்பட்டிருந்தது.) பின்னர் ரூ.10, ரூ.100, ரூ.1000 மற்றும் ரூ.10000 ஆகிய காகிதப்பணங்கள் வெளியிடப்பட்டன.

இப்படித்தான் கிரிப்டோ கரன்சி என்னும் மாற்றமும் தயக்கத்தையும், பயத்தையும் விதைத்திருக்கின்றது. அந்த மாற்றம் நன்மை தருமா, தீமை தருமா அல்லது ஒன்றுக்கும் உதவாமல் போகுமா என்பதற்குக் காலம்தான் பதில் தரும். பண மதிப்பிழப்பினை ஞாபகத்தில் கொள்ளுங்கள். எந்த ஒரு மாற்றத்தைப் பற்றியும் காலம் மட்டுமே பதில் சொல்லும்.

இந்தியாவில் பணமதிப்பிழப்பு நடவடிக்கை என்பது புதிதொன்றும் இல்லை. 1946ம் ஆண்டு கணக்கில் வராத பணத்தை ஒழிப்பதற்காக ரூ.1000 மற்றும் ரூ.10000 ஆகிய நோட்டுகள் செல்லாதவையாக அறிவிக்கப்பட்டன. இந்த நோட்டுகள் 1954ல் மீண்டும் நடைமுறைக்கு வந்தன. அதோடு கூடுதலாக ரூ5000 மதிப்புள்ள நோட்டுகளும் நடைமுறைக்கு வந்தன. இவை மீண்டும் 1978ல் திரும்பப் பெறப்பட்டன.

5000 ரூபாய்

10000 ரூபாய்

மெய்நிகர் நாணயம்

கிரிப்டோ கரன்சியின் தமிழ்ச் சொல்லாக்கம் 'மெய்நிகர் நாணயம்'. நமது வசதிக்காகவும், சுலபமாகப் புரிந்து கொள்வதற்காகவும் இப்போதைக்கு நாம் கிரிப்டோ கரன்சி என்றே சொல்வோம். அதே போன்று பல இடங்களில் நாணயம் என்ற சொல்லாடலைப் பயன்படுத்தாமல் கரன்சி என்றே கூறியிருப்பேன். அதுவும் சொல்ல வரும் விஷயத்தைச் சுலபமாகப் புரிந்து கொள்ளவேண்டும் என்பதற்காகத்தான்.

கிரிப்டோ கரன்சி என்றால் என்ன?

கிரிப்டோ கரன்சி என்றால் கண்ணுக்குத் தெரியாத பணம். டிஜிட்டல் முறையில் இருப்பது. இப்பொழுது நாம் இந்தியாவில் இருக்கிறோம். நமது இந்தியாவின் பணம் 'ரூபாய்' இந்த ரூபாயை யார் உருவாக்குவது இந்திய அரசாங்கம். இந்தப் பணத்தை நாம் இந்தியாவிற்குள் எங்கு வேண்டுமானாலும் தடையின்றிப் பயன்படுத்தலாம். அது போலவே அமெரிக்காவில் டாலர். துபாயில் திர்ஹாம். இப்படி ஒவ்வொரு நாட்டிலும் ஒவ்வொரு பணம் பயன்படுத்தப்படுகின்றது. அவற்றை அந்தந்த நாடுகள் உருவாக்குகின்றன.

இந்தியாவைப் பொறுத்தவரை, இந்திய ரிசர்வ் வங்கியானது (RESERVE BANK OF INDIA) இந்திய ரூபாயை உருவாக்குகின்றது என்பது உங்களுக்குத் தெரியும். எவ்வளவு பணம் அச்சிடவேண்டும் என ரிசர்வ் வங்கியும், எந்தெந்த மதிப்பில் அச்சிட வேண்டும் என மத்திய அரசும் முடிவு

செய்கின்றன. எவ்வளவு பணம் அச்சிட வேண்டும் என இரண்டு முக்கிய காரணிகளைக் கொண்டு தீர்மானிக்கின்றனர்.

1. மொத்த உள்நாட்டு உற்பத்தி (GDP – GROSS DOMESTIC PRODUCT)

2. பணவீக்கம் (INFLATION)

மொத்த உள்நாட்டு உற்பத்தி என்பது ஒரு நாட்டின் பொருளாதாரத்தின் அளவை அறிய உதவும் அளவைகளில் ஒன்று. ஜிடிபி அதாவது மொத்த உள்நாட்டு உற்பத்தி என்பது ஒரு குறிப்பிட்ட கால அளவில் ஒரு குறிப்பிட்ட நிலப்பகுதியில் (அதாவது நாட்டில்) உற்பத்தி செய்யப்படுகின்ற மொத்தப் பொருட்கள் மற்றும் சேவைகளின் சந்தை மதிப்பு ஆகும். பணவீக்கம் என்பது சந்தையில் உள்ள பொருட்களின் விலை உயர்வால், அந்த நாட்டின் நாணயத்தில் பொருட்களை வாங்கும் திறன் உள்நாட்டுச் சந்தையில் குறைந்து போவது ஆகும்.

ஒரு நாட்டின் பணத்தை இன்னொரு நாட்டில் நேரடியாகப் பயன்படுத்த முடிவதில்லை. ஒவ்வொரு நாட்டுக்குள் நுழையும் போதும் அந்த நாடுகளின் பணத்திற்கு, நம் கைகளில் உள்ள பணத்தை மாற்றிப் பயன்படுத்துகிறோம். உதாரணமாக, அமெரிக்கா சென்றால் நமது இந்திய ரூபாயை அமெரிக்க டாலராக மாற்றி செலவு செய்கிறோம். அப்படி ஒரு சிக்கலின்றி உலகெல்லாம் ஒரே குடையின் கீழ் கொண்டு வருவது போன்று ஏதேனும் ஒரு பணம் இருந்தால் நன்றாக இருக்கும் அல்லவா?

கிரிப்டோ கரன்சியின் ஆதரவாளர்கள் அதற்கு ஆதரவாக வைக்கும் முதல் வாதம் இதுதான். உலகெல்லாம் ஒரே பணம். அதுவும் மிகப் பாதுகாப்பான பணம். எனில் கிரிப்டோ கரன்சி எந்த அரசால் உருவாக்கப்படுகின்றது. எந்த அரசாங்கத்தாலும் கிடையாது. சில கிரிப்டோ கரன்சிகள் சில நிறுவனங்களால் உருவாக்கப்பட்டுள்ளன. சிலவற்றை யார் உருவாக்கினார்கள் என்றே தெரியாது. உங்களுக்கு அந்தத் தொழில் நுட்பம் தெரிந்தால் நீங்களும் கூட ஒரு கிரிப்டோ கரன்சியை உருவாக்கமுடியும். உண்மையில், மிக மிகப் பிரபலமான மற்றும் முதல் கிரிப்டோ கரன்சியான பிட்காயினை உருவாக்கியவர் யாரென்றே தெரியாது.

யார் உருவாக்கினார் என்று தெரியாது. பணமும் கண்ணுக்குத் தெரியாது. அப்புறம் எப்படி இவற்றை நம்புவது என்ற கேள்வி வருகின்றதல்லவா. வாருங்கள் மேலும் தொடர்வோம்.

பிளாக் செயின் டெக்னாலஜி

கிரிப்டோ கரன்சியைப் பற்றித் தெரிந்து கொள்வதென்றால், அதன் அடிப்படையான 'பிளாக் செயின் டெக்னாலஜி' பற்றித் தெரிந்து கொள்வது அவசியம்.

ஒரு சிறிய கதையைப் பார்ப்போம்.

ஒரு ஊரில் ஒரு முதலாளி இருந்தார். அவரின் அத்தனை கணக்கு வழக்குகளையும் ஒரு கணக்குப் பிள்ளை பார்த்துக் கொண்டிருந்தார். கொஞ்ச நாளில் கணக்குப் பிள்ளை கணக்குகளில் கோல்மால் செய்ய ஆரம்பித்தார். முதலாளியினால் இதனைக் கண்டுபிடிப்பது சுலபமாக இல்லை. இருந்தாலும் முதலாளிக்குச் சந்தேகம் வரவே இன்னொரு கணக்குப் பிள்ளை வைக்கிறார்.

இப்போது ஒரே கணக்கை இருவரும் எழுத நேர்ந்ததால், கொஞ்சக் காலம் கோல்மால் நின்றது. பின்னர், சில நாட்களில் இரண்டு கணக்குப் பிள்ளைகளும் சேர்ந்து கோல்மால் செய்ய ஆரம்பித்தனர். முதலாளி மூன்றாவது கணக்குப் பிள்ளையை வேலைக்குச் சேர்க்கிறார். இப்படியே நாலாவது, ஐந்தாவது என்று தொடர்கையில் கோல்மால் செய்வது குறைய ஆரம்பிக்கின்றது. இதுவே ஆயிரமானால், லட்சமானால். அதுவும் அவர்கள் யாரென்று ஒருவருக்கு ஒருவர் தெரியாமல் போனால். கோல்மால் நிகழும் சதவீதம் கிட்டத்தட்ட இல்லையென்று ஆகிவிடுமல்லவா. ஆனால் நடைமுறையில் இது சாத்தியமா?

இப்போது கணக்குப்பிள்ளை என்ற இடத்தில் ஒரு கணினி என்று வைத்துப் பாருங்கள். ஒரு கணினியில்

இருக்கும் தகவல்களில் கோல்மால் செய்வதும் மாற்றுவதும் சாத்தியம். ஆனால் ஒரே தகவல் ஆயிரக்கணக்கான கணினிகளில் இருக்குமேயானால் எல்லாவற்றையும் மாற்றுவதற்கான சாத்தியக்கூறுகள் மிகக் குறைவல்லவா. அவ்வளவுதான் விஷயம். இதனைத்தான் பிளாக் செயின் டெக்னாலஜி என்கின்றனர்.

முதன் முதலில் உருவாக்கப்பட்ட கிரிப்டோ கரன்சி பிட்காயின் என ஏற்கெனவே பார்த்தோம்.

2008 - 2009 காலகட்டங்களில் உலகெங்கும் பணியிழப்பு மற்றும் பொருளாதாரச் சரிவுகள் நிகழ்ந்து கொண்டிருந்தபோது, 2009ல் 'சத்தோஷி நாக்கமோட்டா' என்ற முகம் தெரியாத ஒரு நபர் அல்லது ஒரு குழு (இவர் தனி நபரா அல்லது ஒரு குழுவா. இவர்கள் யார் என்ற அடையாளம் இதுவரையில் யாருக்கும் தெரியாது.) இந்த பிளாக் செயின் டெக்னாலஜியைப் பயன்படுத்தி ஒரு உலகளாவிய வணிகப் பணம் உருவாக்க நினைத்து உருவாக்கியதுதான் பிட்காயின்.

நம்மைப் போன்ற சாமானியர்கள் புரிந்து கொள்ளும் மொழியில் சொன்னால் அது ஒரு பிளாட்ஃபார்ம். பிட்காயின் உருவாக்கப்பட்ட நோக்கம் என்பது ஒரு உலகளாவிய, யாராலும் கட்டுப்படுத்தப்படாத பணமுறையை உருவாக்க வேண்டும் என்பதுதான். இப்போது போலச் சந்தையில் வாங்கி விற்கும் உத்தேச பேரம் (SPECULATION) என்பது அதன் நோக்கமாக இல்லை.

எல்லாம் சரி கணினியில் செய்யப்படும் அல்லது உருவாக்கப்படும் ஒரு புரோகிராம் அல்லது கண்ணுக்குத் தெரியாத ஒரு

பொருளுக்கு எப்படி மதிப்பு வருகின்றது. இன்னும் விளக்கமாகப் பேசலாம்.

முன்னாட்களில் நாம் கடைக்குப் போனால் என்ன செய்வோம். பணம் தந்து பொருள் வாங்குவோம். அவர்கள் மீதிப்பணம் தருவார்கள். நாம் வாங்கிக் கொள்வோம். பணம் என்ற பொருளினை நாம் கையால் தொட்டு, கண்ணால் பார்த்து அறிந்து கொள்வோம்.

இப்போது நாம் புதிதாக என்ன செய்கிறோம். நம் டெபிட் கார்டினைத் தருகிறோம்.. அல்லது கூகுள் பே, போன் பே செய்கிறோம். இப்போது பணத்தை நாம் கண்ணால் பார்ப்பதில்லை. ஆனால் அது நமது வங்கிக்கணக்கில் எண்களாகத் தெரிகின்றன. நாம் எவ்வளவு கொடுக்கிறோம், எவ்வளவு பணம் நமக்கு வருகின்றது என்பதெல்லாம் எண்களாக நமக்குத் தெரிகின்றன. ஆனால், அதே சமயம் அதற்கு மதிப்பு இருக்கிறதல்லவா. இந்தக் கணக்கு வழக்கெல்லாம், நமது பெயரில் உள்ள கணக்கில், வங்கியின் சர்வரில் அல்லது கணினியில் என்று சேமிக்கப்படுகிறது. இப்படித்தான் கிரிப்டோ கரன்சி என்பது வெறும் எண்களாக (டிஜிட்டலில்) பார்க்கப்பட்டாலும், அதற்கு ஒரு மதிப்பு இருக்கின்றது.

அதாவது 1 பிட்காயின் என்று சொன்னவுடன் அதன் ரூபாய் மதிப்புதான் நம் நினைவுக்கு வரும் (இன்றைய தேதிக்குக் தோராயமாக ரூ23.50 இலட்சம்) ஆனால் 1 பிட்காயின் என்றால் அது ஒரு பிட்காயின்தான். புரியவில்லையா, ஒரு டாலருக்கு நிகரான இந்திய ரூபாயின் மதிப்பு இன்றைக்குத் தோராயமாக 82ரூபாய். அதாவது உங்களிடம் 82 ரூபாய் இருந்தால் 1 டாலர் வாங்கலாம். அதுபோலத்தான் 23.50 லட்சம் ரூபாய் இருந்தால் அது 1 பிட்காயினுக்குச் சமம்.

இப்போது மீண்டும் பிளாக் செயின் டெக்னாலஜிக்கு வருவோம். முதன்முதலில் பிட்காயினை உருவாக்கிய சத்தோஷி நாக்கமோட்டா, இதன் வரவு செலவுக் கணக்குகளை முறையாகப் பதிவு செய்ய இந்தத் தொழில் நுட்பத்தை உருவாக்கினார். பிளாக் செயின் என்பதனை தமிழாக்கம் செய்து பாருங்கள். 'கட்டச்சங்கிலி' என்று சொல்லலாம். அதாவது பல கட்டங்கள் அல்லது பிளாக்குகள் இணைந்த ஒரு சங்கிலி. இந்த ஒவ்வொரு பிளாக்கிலும், ஒவ்வொரு பரிவர்த்தனைகள் நிகழும்போதும் அது பதிவு செய்யப்படும்.

அதாவது ஒரு கரன்சியில் நிகழும் அனைத்துக் கணக்கு வழக்கும், யாரெல்லாம் வாங்குகிறார்களோ அது சேகரிக்கப்பட்டுவிடும். ஒரு

உதாரணத்துக்கு நீங்கள் உங்களிடம் உள்ள ஐந்து நாணயங்களை வேறு ஒருவருக்கு மாற்றினால், அது பிளாக்கில் சேகரிக்கப்பட்டு விடும். அவர் அதனை வேறு யாருக்கேனும் மாற்றினால் அது அடுத்தடுத்து பதிவு செய்யப்பட்டுவிடும்.

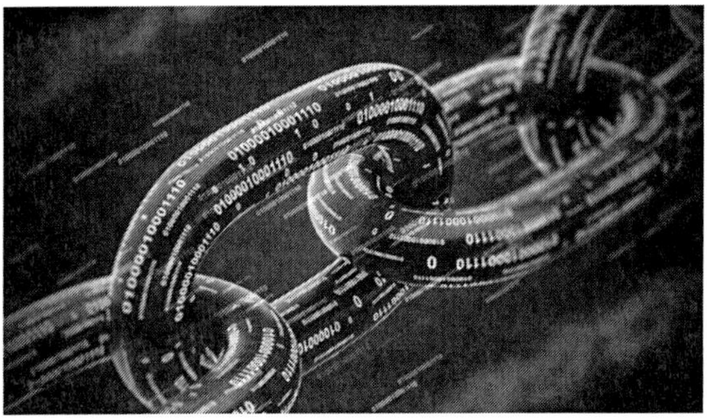

கீழ்க்கண்ட வரைபடம் உங்களுக்கு இன்னும் கொஞ்சம் தெளிவுபடுத்தும்.

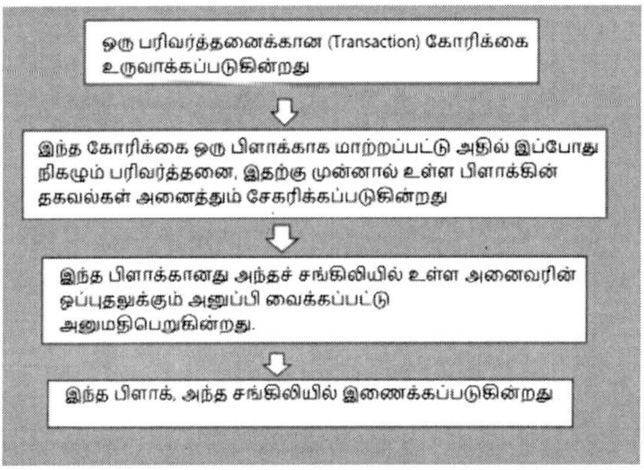

இப்படி ஒவ்வொரு பரிவர்த்தனையும் பதிவு செய்யப்படுவதால், இதனை ஹேக் செய்வதோ, அதனை மாற்றியமைப்பதோ இயலாத காரியம். எனவேதான் இது அதிகபட்சப் பாதுகாப்புடையது எனச் சொல்லப்படுகின்றது. முதலில் பிட்காயினுக்காக கண்டுபிடிக்கப்பட்ட இந்தத் தொழில்நுட்பம் இப்போது வங்கிகள், காப்பீட்டு நிறுவனங்கள் மற்றும் இன்னபிற நிறுவனங்களால் உலகெங்கும் பயன்படுத்தப்படுகின்றது. சரி இந்த கரன்சிக்கு எப்படி மதிப்பு உருவாகின்றது. இதனை எப்படிப் பயன்படுத்துவது. இதுதானே அடுத்த கேள்வி.

மதிப்பு

இன்றைய தேதியில் உலகின் மிக மதிப்பான பணம் என்று டாலர், யூரோ போன்றவற்றைச் சொல்வார்கள். அவை எப்படி மதிப்புடையவை என்று சொல்கின்றனர். அதனை உருவாக்கிய நாட்டின் பொருளாதார ஸ்திரத்தன்மை என்பதுதான் அடிப்படை. அடுத்ததாக அதனை எத்தனை மக்கள் பயன்படுத்துகின்றனர் அல்லது ஏற்றுக்கொள்கின்றனர் என்பதனைப் பொறுத்து அது பிரபலமாகின்றது. கிரிப்டோ கரன்சியும் கிட்டத்தட்ட அப்படித்தான். அதனை எவ்வளவு பேர் வாங்குகின்றனர், எவ்வளவு கரன்சி உள்ளது என்பதனைப் பொறுத்து அதன் மதிப்புக் கூடுகின்றது.

பிட்காயின் விலை ஒரு காலத்தில் ஒரு ரூபாய் அளவிற்கு இருந்தது. பின்னர் ஒரு காலகட்டத்தில் அது ஐம்பது லட்சங்களில் இருந்தது. இன்றைக்கு அதன் மதிப்பு 23 முதல் 30 லட்சத்திற்குள் ஏறி இறங்கிக் கொண்டிருக்கின்றது. (இதனை எழுதும் காலத்தில் உள்ள விலை இது) மேலோட்டமாகப் பார்த்தால் அப்பாடி என்று தோன்றும். ஆனால் ஆச்சரியமோ அழகோ ஆபத்தில்லாமல் இருக்குமா என்ன. கிரிப்டோ கரன்சியை ஒன்று நாம் வாங்கலாம் அல்லது மைனிங் செய்யலாம். அது என்ன மைனிங்.

தங்கம் எப்படி எடுப்பார்கள், சுரங்கத்திலிருந்து தோண்டி எடுப்பார்கள் அல்லவா. அதனைத்தான் ஆங்கிலத்தில் மைனிங் என்பார்கள். கிரிப்டோ கரன்சியையும், இந்த பரந்த வலைத்தளத்தில் ஏதேதோ கணினி வித்தைகள் செய்து மைனிங் செய்து எடுக்கலாம். நாம் மைனிங் செய்யப்போவதில்லை என்றாலும், அது என்ன என்ற அடிப்படை விசயங்களையாவது தெரிந்து கொள்வோம்.

மைனிங் என்றால் ஏற்கனவே உள்ள பிளாக்செயினுடன் புதிதாக ஏதேனும் பிளாக்குகள் இருப்பின் அவற்றினை முந்தைய பிளாக்குடன் இணைப்பதாகும். ஆனால் அது அத்தனை சுலபமல்ல. மைனிங் வேலையைச் சாதாரண ஒரு நபரால் செயல்படுத்த முடியாது, அதற்கான செலவு எவ்வளவு ஆகும் என்று நம்மால் கணக்கிடக்கூட முடியாது. சில டெக்னாலஜி புலிகளின் குழுவோ அல்லது நிறுவனங்களோ இதற்கெனவே உருவாக்கப்பட்ட கணினிகள் மற்றும் தொழில்நுட்பத்தின் மூலம் புதிய பிளாக்குகளை உருவாக்கி அதனை இணைக்கும் வேலையைச் செய்கின்றனர். இதன் மூலம் அவர்களுக்கு பிட்காயின் (அல்லது இதர நாணயங்கள்) கிடக்கின்றன.

நமக்கு மைனிங் தெரியாது. அதற்குச் சக்தியும் கிடையாது என முடிவு செய்தால் அடுத்த வாய்ப்பு வாங்குவதுதானே. சரி இதை எங்கே போய் வாங்குவது?

பங்குச்சந்தைகளில் பங்குகள் வாங்குவது போலவே. கிரிப்டோ கரன்சியை வாங்குவதற்கு நிறைய கிரிப்டோ எக்ஸேஞ்சுகள் உள்ளன. காயின்பேஸ் (COIN BASE), வசீர் எக்ஸ் (WAZIR X), காயின் சுவிட்ச் குபேர் (COIN SWITCH GUBERT) இப்படி பலப்பல எக்ஸ்சேஞ்சுகள் உள்ளன. ஆனால் இவற்றையெல்லாம் முறைப்படுத்தும் ஒரு அமைப்பு நாடளவிலோ, உலகளவிலோ எதுவுமே இல்லை என்பதுதான் கிரிப்டோவில் உள்ள பெரிய அபாயம். (உதாரணமாக இந்தியப் பங்குச்சந்தைகளைக் கட்டுப்படுத்த செபி என்ற ஒரு அமைப்பு உள்ளது. அதன் பார்வையில்தான் பங்குச்சந்தை வியாபாரம் நிகழும்.)

ஒருவேளை உங்களுக்குப் பங்குச்சந்தை பற்றித் தெரிந்திருந்தால் சரி. இல்லையெனில் பங்குச்சந்தை பற்றிய ஒரு சிறிய விளக்கத்தைப் பார்த்து விடுவோம்.

உங்கள் கையிலிருந்து முதலீடு போட்டு நீங்கள் ஒரு வியாபாரம் ஆரம்பிக்கின்றீர்கள். நீங்கள்தான் அதன் முதலாளி. ஆங்கிலத்தில் அதனை proprietorship என்பார்கள். நீங்களும் உங்கள் நண்பரும் சேர்ந்து ஒரு வியாபாரம் செய்யும்போது அதனை partnership என்பார்கள். உங்கள் வியாபாரம் பெருகியவுடன், உங்கள் வியாபார நிறுவனத்தை கம்பெனி சட்டத்தின் படி லிமிடேட் கம்பெனியாகப் பதிவு செய்து விட்டால் உங்கள் கம்பெனி லிமிடேட் கம்பெனி ஆகின்றது. லிமிடேட் கம்பெனிக்கும் proprietorshipக்கும் என்ன வித்தியாசம்.

அடிப்படையாய் சொல்ல வேண்டுமெனில், proprietorshipன் கடன்கள் அந்த முதலாளியைச் சார்ந்தவை.

லிமிடேட் கம்பெனியின் கடன்கள் கம்பெனியைச் சார்ந்தவை. கம்பெனி பற்றிய விபரங்களை இதற்குமேல் இப்போது போட்டுக் குழப்பிக்கொள்ள வேண்டாம். நமக்குத் தேவையான விஷயத்திற்குப் போவோம்.

ஒரு பப்ளிக் லிமிடட் கம்பெனி (Public Limited Company–பொது வரையறுக்கப்பட்ட நிறுவனம்) செபி (SEBI) என்றழைக்கப்படும் SECURITIES AND EXCHANGE BOARD OF INDIAவில் பதிவு செய்வதன் மூலம் தங்கள் பங்குகளை வெளியிடலாம். அது என்ன பங்குகள்?

ஒன்றுமில்லை. இப்போது ஒரு நிறுவனம் 10 கோடி ரூபாய் முதலீட்டினில் வியாபாரம் செய்கின்றது. அடுத்ததாக இன்னும் ஒரு 5 கோடி ரூபாய்க்குத் தனது வியாபாரத்தை விரிவு செய்ய நினைக்கின்றது. இப்போது அந்தப் பணத்தைத் திரட்டுவதற்காக அது பொது மக்களிடம் வருகின்றது. உன்னால் முடிந்த பணத்தைக் கொடு நீயும் என் வியாபாரத்தில் பங்காளி ஆகிக்கொள் என்றழைக்கிறது. அதற்காகத் தனது நிறுவனத்தின் பங்குகளை வெளியிடுகிறது.

பொதுவாக ஒரு பங்கின் முகமதிப்பு என்பது 10 ரூபாய், அதன் அடிப்படையில் 5 கோடி ரூபாய் நிதி திரட்ட ஐம்பது லட்சம் பங்குகள் வெளியிடும். அது IPO (INITIAL PUBLIC OFFER) எனப்படும். அப்படியானால் ஒரு பங்கு 10 ரூபாய்க்குத்தான் விற்கப்படுமா, இல்லை அந்த நிறுவனத்தின் மதிப்பினைப் பொறுத்து அதற்கு மேற்பட்ட விலையிலும் விற்கப்படும். இது குறித்து இன்னும் விரிவாகப் பார்க்க வேண்டியதில்லை.

இப்போது நீங்கள் தெரிந்து கொள்ள வேண்டியதெல்லாம், ஒரு நிறுவனம் தனக்குத் தேவையான முதலீட்டினைப் பெறப் பங்குகள் வெளியிடுகின்றது. இந்தப் பங்குகளை நீங்கள் வாங்குவதன் மூலம், அந்த நிறுவனத்தில் நீங்களும் ஒரு பங்குதாரர் ஆகின்றீர்கள். அந்த நிறுவனத்தின் லாபத்தில் உங்களுக்கும் ஒரு பங்கு கிடைக்கும். அதனை டிவிடெண்ட் என்பார்கள். எனில், இந்த டிவிடெண்ட் மட்டும்தான் நமது வருமானமா என்றால் இல்லை அந்த நிறுவனத்தின் மதிப்பு (அதாவது லாபம்) உயர உயர நீங்கள் வாங்கிய பங்கின் மதிப்பும் உயரும். அதுதான் நமது பங்கு முதலீட்டின் முக்கியமான வளர்ச்சி. இவ்வளவுதான் விஷயம்.

இப்போது ஓரளவுக்கு உங்களுக்கு கிரிப்டோ கரன்சி பற்றிப் புரிந்திருக்கும் என நம்புகின்றேன். அது புரிந்தவுடன் உங்கள் மனதில் ஏகப்பட்ட கேள்விகள் தோன்ற ஆரம்பித்திருக்கும்.

கிரிப்டோ கரன்சிகள்

ஏற்கெனவே கூறியது போல, பிட்காயின் என்பது கிரிப்டோ கரன்சியின் ஒரு வகைதான். இன்னும் ஆயிரக்கணக்கான கிரிப்டோ கரன்சிகள் உள்ளன. இன்றைய தேதிக்குச் சுமாராக 19000க்கும் மேற்பட்ட கிரிப்டோ கரன்சிகள் உள்ளதாகத் தகவல்.

ஒரு சந்தையில் சென்று காய்கறி வாங்கும் முன், நமக்கு என்னென்ன காய்கறிகள் தேவை என்று முடிவு செய்து கொண்டால்தான் சந்தையில் சுலபமாக வேலை முடியும். ஆனால், என்னென்ன காய்கறிகள் வேண்டும் என்று முடிவு செய்யும் முன், என்னென்ன காய்கறிகள் சந்தையில் கிடைக்கும் என்றும் நமக்குத் தெரிந்திருக்க வேண்டும். அதுபோலவே, கிரிப்டோ சந்தை பற்றி நமக்குத் தெரியவேண்டுமெனில் அங்கு என்னென்ன மெய்நிகர் நாணயங்கள் (Crypto Currencies) கிடைக்கும் என்று தெரிந்து கொள்ள வேண்டும்.

கிட்டத்தட்ட 19000க்கும் அதிகமான கிரிப்டோ கரன்சிகள் இருந்தாலும், அவற்றில் முதன்மையான அல்லது பிரபலமான முதல் நூறு நாணயங்கள் என்னவென்று பார்ப்போம். இந்த நாணயங்களின் மதிப்பானது மாறிக்கொண்டேயிருக்கும் என்பதனால் அதன் மதிப்பினை இந்த அட்டவணையில் தரவில்லை.

எண்	நாணயம்	ஆங்கிலத்தில்	சுருக்கமான பெயர்	சின்னம் (LOGO / SYMBOL)
1	பிட்காயின்	Bitcoin	BTC	
2	எத்தீரியம்	Ethereum	ETH	

3	டெதர்	Tether	USDT	
4	பிஎன்பி	BNB	BNB	
5	யுஎஸ்டி காயின்	USD Coin	USDC	
6	எக்ஸ் ஆர்பி	XRP	XRP	
7	கார்டனோ	Cardano	ADA	
8	டோஜ் காயின்	Dogecoin	DOGE	
9	சொலானா	Solana	SOL	
10	பாலிகன்	Polygon	MATIC	
11	போல்காடாட்	Polkadot	DOT	
12	ட்ரான்	TRON	TRX	
13	லைட்காயின்	Litecoin	LTC	
14	பினான்ஸ் யுஎஸ்டி	Binance USD	BUSD	
15	ஷிபா ஐஎன்யு	Shiba INU	SHIB	
16	அவாலான்ச்	Avalanche	AVAX	
17	டாய்	Dai	DAI	
18	ரேப்ட் பிட்காயின்	Wrapped Bitcoin	WBTC	
19	செயின் லிங்க்	Chainlink	LINK	
20	யுனஸ் எஸ்இடி எல்இஓ	UNUS SED LEO	LEO	

21	காஸ்மோஸ்	Cosmos	ATOM	
22	யுனிஸ்வாப்	Uniswap	UNI	
23	மோனேரோ	Monero	XMR	
24	ஓகேபி	OKB	OKB	
25	எத்தீரியம் கிளாசிக்	Ethereum Classic	ETC	
26	டோன் காயின்	Toncoin	TON	
27	ஸ்டெல்லர்	Stellar	XLM	
28	இண்டர்னெட் கம்ப்யூட்டர்	Internet Computer	ICP	
29	பிட்காயின் கேஸ்	Bitcoin Cash	BCH	
30	ட்ரூ யூஎஸ்டி	TrueUSD	TUSD	
31	ஃபைல் காயின்	Filecoin	FIL	
32	லிடோ டிஎஓ	Lido DAO	LDO	
33	ஆப்டஸ்	Aptos	APT	
34	க்ரோனோஸ்	Cronos	CRO	
35	ஹெடீரா	Hedera	HBAR	
36	ஆர்பிட்ரம்	Arbitrum	ARB	
37	நியர் புரோட்டாகால்	NEAR Protocol	NEAR	
38	வீசெயின்	VeChain	VET	
39	குவாண்ட்	Quant	QNT	
40	ஏப்காயின்	Apecoin	APE	

41	அல்காரண்ட்	Algorand	ALGO	
42	பாக்ஸ் டாலர்	Pax Dollar	USDP	
43	தி கிராஃப்	The Graph	GRT	
44	ஃபேண்டம்	Fantom	FTM	
45	மல்டிவெர்ஸ் எக்ஸ்	MultiversX	EGLD	
46	ராக்கெட் பூல்	Rocket Pool	RPL	
47	இஓஎஸ்	EOS	EOS	
48	தி சேண்ட் பாக்ஸ்	The Sandbox	SAND	
49	ஏவ்	Aave	AAVE	
50	தீட்டா நெட்வொர்க்	Theta Network	THETA	
51	பிட் டிஎஓ	BitDAO	BIT	
52	ஸ்டாக்ஸ்	Stacks	STX	
53	டீசென்ட்ரா லேண்ட்	Decentraland	MANA	
54	டெசோஸ்	Tezos	XTZ	
55	கான்பிளக்ஸ்	Conflux	CFX	
56	ஆக்சி இன்பினிட்டி	Axie Infinity	AXS	
57	ஃபுளோ	Flow	FLOW	
58	சில்லிஸ்	Chiliz	CHZ	
59	குகாயின் டோக்கன்	KuCoin Token	KCS	

60	யூஎஸ்டிடி	USDD	USDD	
61	பெப்	Pepe	PEPE	
62	இம்மியூட்டபிள்	Immutable	IMX	
63	பிட்காயின் எஸ்வி	Bitcoin SV	BSV	
64	ரெண்டர் டோக்கன்	Render Token	RNDR	
65	கர்வ் டிஎஓ டோக்கன்	Curve DAO Token	CRV	
66	நியோ	Neo	NEO	
67	ஸ்யு	Sui	SUI	
68	மேக்கர்	Maker	MKR	
69	கிளெட்டன்	Klaytn	KLAY	
70	பிட்டொரண்ட்	BitTorrent (New)	BTT	
71	ஜெமினி டாலர்	Gemini Dollar	GUSD	
72	காஸ்பர்	Casper	CSPR	
73	ஆப்டிமிசம்	Optimism	OP	
74	பாக்ஸ் கோல்ட்	PAX Gold	PAXG	
75	ஜிஎம்எக்ஸ்	GMX	GMX	
76	இசட் கேஷ்	Zcash	ZEC	
77	சிந்தெடிக்ஸ்	Synthetix	SNX	
78	டெரா கிளாசிக்	Terra Classic	LUNC	

79	காவா	Kava	KAVA	
80	இ கேஷ்	eCash	XEC	
81	மினா	Mina	MINA	
82	இஞ்செக்டிவ்	Injective	INJ	
83	ஐஓடடிஎ	IOTA	MIOTA	
84	கேட் டோக்கன்	GateToken	GT	
85	ஃபிராக்ஸ் ஷேர்	Frax Share	FXS	
86	ஹியூபி டோக்கன்	Huobi Token	HT	
87	டேஷ்	Dash	DASH	
88	எக்ஸ்டிசி நெட்வொர்க்	XDC Network	XDC	
89	ட்ரஸ்ட் வாலெட் டோக்கன்	Trust Wallet Token	TWT	
90	ஃபிளேர்	Flare	FLR	
91	தோர் காயின்	THORChain	RUNE	
92	வூ நெட்வொர்க்	WOO Network	WOO	
93	லூப்பிங்க்	Looping	LRC	
94	பேன்கேக் ஸ்வாப்	PancakeSwap	CAKE	
95	சிலிக்கா	Zilliqa	ZIL	
96	நெக்ஷோ	Nexo	NEXO	

97	கான்வெக்ஸ் பினான்ஸ்	Convex Finance	CVX	
98	ஃஃபுளோக்கி	FLOKI	FLOKI	
99	ஒன் இஞ்ச் நெட்வொர்க்	1Inch Network	1Inch	
100	டிஒய்டிஎக்ஸ்	dYdX	DYDX	

இன்னும் ஆயிரக்கணக்கான நாணயங்கள் இருக்கின்றன. ஆர்வமும் பொறுமையும் இருந்தால் அவற்றினை இணையத்தில் தேடித் தெரிந்து கொள்ளலாம். கிரிப்டோ நாணயங்கள் குறித்த ஒரு சிறிய தெளிவை நீங்கள் அடைந்திருப்பீர்கள் என்று நம்புகிறேன். இனி கிரிப்டோ வர்த்தகம் குறித்து அறிந்து கொள்ளும் முன் முக்கியமான சில நாணயங்களைப் பற்றி சுருக்கமாகப் பார்த்துவிடலாம்.

பிட்காயின்

கிரிப்டோ கரன்சி என்னும் இனத்தின் முதல் குழந்தை பிட்காயின். பிட்காயின் உருவாக்கப்பட்ட போது அதனை உருவாக்கிய ‘சத்தோஷி நாக்கமோட்டா’ என்னும் அந்த நபர் / குழு, அது இவ்வளவு பிரபலமாகும் என்று எண்ணியிருப்பார்களா தெரியாது. ஆனால் நிச்சயமாக இப்போது பிட்காயின் பெயரினால் பெரும்பான்மையாக நிகழ்ந்து கொண்டிருக்கும் இந்த உத்தேசப் பேரங்களை (SPECULATION) எதிர்பார்த்து அதனை உருவாக்கி இருக்க மாட்டார்கள்.

கணினிகளுக்கிடையே உலவிக்கொண்டிருந்த பிட்காயின் முதன்முதலில் வணிகத்தில் நுழைந்த சம்பவம் 2010ல் நிகழ்ந்தது.

‘லாஸ்லோ ஹான்யெக்ஸ்’ என்ற மனிதர் அமெரிக்காவில் ‘பப்பா ஜான்ஸ்’ (Papa John’s) உணவகத்தில் இரண்டு பீட்சாக்களை வாங்க 10000 பிட்காயின்கள் கொடுத்துள்ளார். (அதாவது அவர்கள் கணக்கிற்கு மாற்றியுள்ளார்) அவர்கள் அதனை எப்படி ஏற்றுக்கொண்டார்கள் அவர்களுக்குள் என்ன பேச்சுவார்த்தை நிகழ்ந்தது என்பதெல்லாம் தெரியாது. ஆனால் அன்றைய தேதியில் ஒரு பிட்காயின் 40 டாலர்களாக இருந்தது. காலம் நகர, நகர பிட்காயினின் மதிப்பு பல மடங்கு அதிகரித்தது. அந்த பீட்சா கடைக்காரரர் கையிலிருந்த நாணயங்களின் மதிப்பு எங்கோ போய்விட்டது. இன்றைய தேதியில் ஒரு பிட்காயினின் சராசரி மதிப்பு இந்திய ரூபாயில் 23லட்சம் இருக்கலாம். 10000 பிட்காயின் என்றால் கணக்குப் போட்டுப் பார்த்துக்கொள்ளுங்கள்.

முதன்முதலில் பிட்காயினைப் பயன்படுத்தி பீட்சா வாங்கிய மே 22ம் தேதியை ‘பிட்காயின் பீட்சா தினம்’ என கிரிப்டோ முதலீட்டாளர்கள் கொண்டாடுகின்றனர்.

இப்படியான ஒரு நிகழ்வு பிட்காயினை மிகவும் பிரபலமாக்கியது. கிரிப்டோ சந்தையில் உள்ள நாணயங்களின் விலை ஏறுவதும், குறைவதும் கிரிப்டோ கரன்சியில் முதன்முதலாக உருவாக்கப்பட்ட நாணயங்களான பிட்காயின் மற்றும் ஈத்தர் காயின் ஆகிய இரண்டின் விலை ஏற்றம் மற்றும் குறைவைப் பொருத்தே நிகழ்கின்றது.

பிட்காயின் பிரபலமாக இருப்பதற்கும் மற்றும் விலை அதிகம் உள்ளதற்கும் காரணங்கள் இல்லாமல் இல்லை. பிட்காயினின் தொழில்நுட்பம் யார் வேண்டுமானாலும் அணுகலாம் என்பது போல் வடிவமைக்கப்பட்டது. (FOSS – FREE AND OPEN SOURCE SOFTWARE). அதே போல பிட்காயினுக்குப் பின்னால் உருவாக்கப்பட்ட அனைத்து நாணயங்களும் ஒரு வியாபார நோக்கில் (ஸ்பெகுலேசன் செய்ய அல்லது மற்ற நோக்கங்களுடன்) உருவாக்கப்பட்டவை. ஆனால் பிட்காயின் ஒரு உலகளாவிய பணம் இருந்தால் நன்றாக இருக்குமே என்ற எண்ணத்தில் தோற்றுவிக்கப்பட்ட ஒன்று.

மொத்தம் 21 மில்லியன் பிட்காயின்கள் உருவாக்கப்பட்டுள்ளன. மார்ச் 2023 வரை 19 மில்லியன் பிட்காயின்கள் மைனிங் (கண்டுபிடிக்கப்பட்டுள்ளதாக) செய்யப்பட்டுள்ளதாகவும், மீதமுள்ளவற்றை எடுக்க 2140 ஆம் வருடம் வரை ஆகலாம் என்றும் தொழில்நுட்ப வல்லுநர்கள் கூறுகின்றனர். எப்படித் தங்கத்தைக் குறிப்பிட்ட அளவிற்கு மேல் தோண்டி எடுக்க இயலாதோ, அதே போன்று பிட்காயினுக்கும் ஒரு அளவீடு இருப்பதனால்தான்

அதற்கு இவ்வளவு மதிப்பு என்று கூறுகின்றனர் கிரிப்டோ முதலீட்டாளர்கள். தங்கம் போல் இதிலும் விலை ஏற்றம் மற்றும் இறக்கம் உண்டு. கீழே உள்ள வரைபடத்தில் கடந்த பத்து ஆண்டுகளில் பிட்காயினின் டாலர் மதிப்பு எப்படி ஏறி, இறங்கி உள்ளது என அறிந்து கொள்ளலாம்.

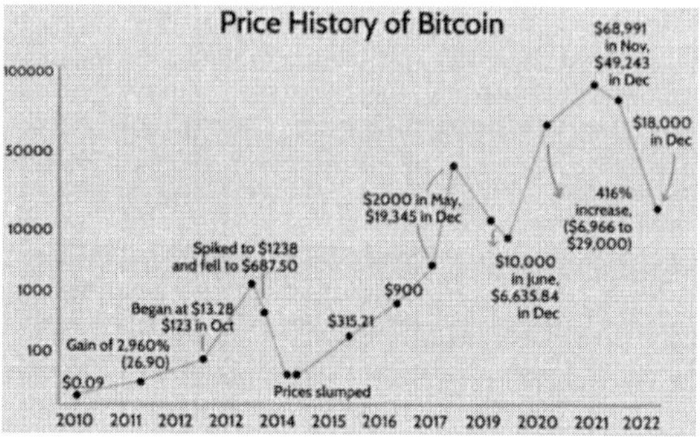

பிட்காயின் மதிப்பு எந்த அளவிற்கு உயர்கின்றதோ அது போலவே குறைகிறது. கிரிப்டோ சந்தையின் மிகப்பெரிய மர்மப்புள்ளி இதுதான். அதன் மதிப்பு எப்போது ஏறும், எப்போது இறங்கும் என்பதை எந்த ஜித்தனாலும் கணிக்க இயலாது. இப்படித்தான் பலர் பணத்தை தொலைத்து மாட்டிக் கொள்கிறார்கள். தனி மனிதர்கள் மட்டுமல்ல, ஒரு நாடே பிட்காயின் என்னும் புலி வாலைப் பிடித்த சம்பவமும் நிகழ்ந்துள்ளது.

2021ம் வருடம் மத்திய அமெரிக்காவில் உள்ள 'எல் சால்வடார்' என்னும் நாட்டின் ஜனாதிபதி நயீப் புகேலே பிட்காயினை தேசிய நாணயமாக அறிவித்தார். இந்த அறிவிப்பின் மூலம் பிட்காயினை தேசிய நாணயமாகக் கொண்ட முதல் நாடானது 'எல் சால்வடார்.'

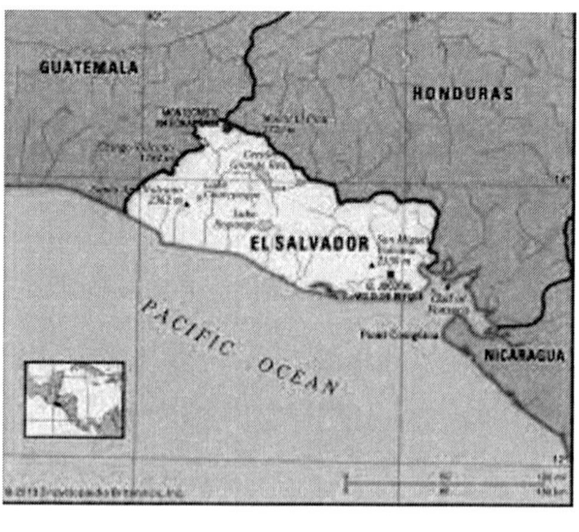

பொருளாதாரத்தின் மிகவும் பின்தங்கிய நாடான 'எல் சால்வடார்' இதன் மூலம் பொருளாதார வளமடையும் என்ற எண்ணத்தில் இதனைச் செயல்படுத்தினார்.

பிட்காயின் பரிவர்த்தனைகளை மேற்கொள்ள அரசாங்கமே 'சிவோ வாலெட்' எனும் ஒரு பேமெண்ட் ஆப்பினை உருவாக்கியது. இந்தச் செயலியை டவுன்லோட் செய்யும் ஒவ்வொரு குடிமகனுக்கும் 30 டாலர் இலவசமாகக் கொடுத்தது. ஆனால் நடந்த கதை வேறு. 30 டாலர் செலவாகியவுடன் அந்தச் செயலியை உபயோகம் செய்வதனை நிறுத்தி விட்டார்கள் மக்கள். மறுபக்கம் பிட்காயினின் மதிப்பும் ஒரு பக்கம் சரிய ஆரம்பிக்க, நிலைமை மிகவும் மோசமாகிப்போனது. கிட்டத்தட்ட திவாலாகும் நிலைக்குப் போய்விட்டது நாடு.

ஆல்ட் காயின்கள்

பிட்காயினைத் தவிர மீதமுள்ள அனைத்து நாணயங்களும் 'ஆல்ட் காயின்கள்' என்று அழைக்கப்படுகின்றன. கிரிப்டோ கரன்சி உலகத்தின் முதல் குழந்தை பிட்காயின் எனப் பார்த்தோம். அதன் பிறகு அதனைப் போலவே உருவாக்கப்பட்டவை ஆல்ட்காயின்கள் என வகைப்படுத்தப்பட்டன. ஆல்ட் காயின்களில் முதன்மையானது, கிரிப்டோ உலகின் இரண்டாவது குழந்தையான எத்தீரியம் காயின் ஆகும். இதனை 'ஈதர்' என்பார்கள்.

2013ம் ஆண்டில் எத்தீரியம் என்னும் பிளாக் செயின் டெக்னாலஜி 'விட்டலிக் புட்டரின்' (Vitalik Buterin) என்பவரால் உருவாக்கப்பட்டது. இந்த பிளாக் செயின் டெக்னாலஜியின் மூலமாக உருவாக்கப்பட்ட கிரிப்டோ கரன்சிதான் 'ஈதர்' என்பதாகும். எத்தீரியம் குறித்தும், அதன் தொழில்நுட்பம் குறித்தும் பேசுவதற்கு நிறைய இருந்தாலும், இப்போது அவற்றையெல்லாம் பேசி நாம் குழப்பிக் கொள்ள வேண்டாம்.

இப்போதைக்கு எத்தீரியம் குறித்து நாம் தெரிந்து கொள்ள வேண்டியது, இந்த பிளாக் செயின் டெக்னாலஜியை யார் வேண்டுமானாலும் உபயோகித்துக் கொள்ள முடியும். அதன் மூலமாக அவர்கள் இன்னொரு கிரிப்டோ கரன்சியைக் கூட உருவாக்கமுடியும் என்பதுதான்.

கிரிப்டோ கரன்சி உலகத்தில் ஆல்ட்காயின்கள் என்னும் சொற்களோடு இன்னும் டோக்கன், என்.எஃப்.டி (NFD) இப்படி இன்னும் நிறையப்

பெயர்களை நாம் கேள்விப்படலாம். கிரிப்டோ கரன்சியின் வகைகள் என்று ஒவ்வொருவரும் ஒவ்வொரு விதமாக வரிசைப்படுத்தி நம்மைக் குழப்புவார்கள். நமது நோக்கம் கிரிப்டோ பற்றித் தெரிந்து கொள்வதுதான். ஆகவே பெரிதாகக் குழப்பிக் கொள்ளாமல் ஒவ்வொரு பெயர்களுக்கும் உள்ள பொருளினை மட்டும் சுருக்கமாக விளங்கிக்கொள்ளுங்கள்.

பிட்காயின் அல்லாத அனைத்து கிரிப்டோ நாணயங்களும் ஆல்ட் காயின்கள் என்று பார்த்தோம். அந்த ஆல்ட் காயின்களுக்குள்ளும் சில நாணயங்கள் டோக்கன்கள் என்று வகைப்படுத்தப்படுகின்றன.

டோக்கன்கள் (Tokens)

கிரிப்டோ கரன்சி என்பது பிளாக் செயின் டெக்னாலஜி மூலமாக உருவாக்கப்படுவது. பிட்காயின் அதன் சொந்த பிளாக் செயினில் உருவாக்கப்பட்டுள்ளது. எத்தீரியிம் பிளாக் செயின் அதன் சொந்த நாணயமான ஈதர் என்பதனை உருவாக்கியுள்ளது. அதே வேளையில் எத்தீரியம் பிளாக்செயினில் வெளியாட்களும் நாணயங்கள் உருவாக்கமுடியும் என்று சொன்னேன் அல்லவா. அப்படிச் சொந்தமாக இல்லாது இன்னொரு பிளாக்செயை உபயோகித்து உருவாக்கப்படும் நாணயங்கள் டோக்கன்கள் என்று அழைக்கப்படுகின்றது.

கிரிப்டோ கரன்சி வகைகள்

அத்தியாயத்தில் நுழையும் முன் கிரிப்டோ கரன்சி என்றால் என்ன அதன் அடிப்படை என்ன என்பது பற்றி, இப்போது இதற்கு முன்னால் உள்ள அத்தியாயங்களின் மூலம் உங்களுக்கு விளங்கியிருக்கும். இந்த அத்தியாயத்தில் குறிப்பிட்டுள்ள விஷயங்கள் உங்களுக்கு முழுமையாகப் பிடிபடாமல் இருந்தாலும் கவலைப்படாமல் மேலே தொடரலாம்.

புத்தகத்தை முடித்த பிறகோ அல்லது சில காலம் கிரிப்டோ உலகத்தில் இயங்கிய பிறகோ இவை மிக எளிதாக உங்களுக்குப் புரிந்துவிடும்.

பிட்காயின், ஆல்ட் காயின், டோக்கன் என கிரிப்டோ நாணயங்கள் குறித்துச் சென்ற அத்தியாயத்தில் அறிந்துகொண்டோம். இனி கிரிப்டோ காயின்களின் பல வகைகளைப் பற்றிக் காணலாம். கிரிப்டோ கரன்சியை கீழ்க்கண்ட வகைகளில் பிரிக்கிறார்கள்.

1. யுட்டிலிட்டி டோக்கன்ஸ் (Utility Tokens)
2. எக்ஸேஞ்ச் டோக்கன்ஸ் (Exchange Tokens)
3. பேமெண்ட் டோக்கன்ஸ் (Payment Tokens)
4. செக்யூரிட்டி டோக்கன்ஸ் (Security Tokens)
5. ஸ்டேபில் காயின்ஸ் (Stable Coins)
6. டெஃபி டோக்கன்ஸ் (DeFi Tokens)
7. என்.எஃப்.டி. (NFD – Non fungible Tokens)
8. அசெட் பேக்டு டோக்கன்ஸ் (Asset – Backed Tokens)

யுட்டிலிட்டி டோக்கன்ஸ் (Utility Tokens)

நான் கல்லூரியில் படிக்கும் காலத்தில் எங்கள் விடுதியில் ஒரு வழக்கம் இருந்தது. டோக்கன் புத்தகம் என்று சொல்வார்கள். அதில் ஐந்து ரூபாய், பத்து ரூபாய் என அச்சிடப்பட்ட டோக்கன்கள் இருக்கும். ஒரு புத்தகத்தின் விலை ரூ.60 தேவைப்படுபவர்கள் எத்தனை புத்தகங்கள் வேண்டுமோ வாங்கிக் கொள்ளலாம். மாதக் கட்டணத்தில் அது சேர்ந்து விடும். அந்த டோக்கனை வைத்து, தினசரி வழங்கப்படும் உணவு அல்லாது நமக்குத் தேவைப்படும் சிறப்பு உணவை (சிக்கன், ஐஸ்கிரீம் போன்றவை) வாங்கிக் கொள்ளலாம். ஆனால் வருடக் கடைசிக்குள் வாங்கிய டோக்கனைக் காலி செய்து விடவேண்டும். அடுத்த வருடத்தில் அது செல்லாது.

அது போன்றதொரு டோக்கனின் டிஜிட்டல் வடிவம்தான் யுட்டிலிட்டி டோக்கன்கள். இந்த டோக்கன் யாரிடம் இருந்து வாங்கப்படுகின்றதோ அவர்களின் ஒரு தயாரிப்பு அல்லது சேவைக்கு இதனை உபயோகப்படுத்திக் கொள்ளலாம். இந்த டோக்கன் என்பது அந்தத் தயாரிப்பு அல்லது சேவைக்குச் சமமான மதிப்பினை மட்டுமே கொண்டிருக்குமே தவிர வேறு மதிப்பு இருக்காது. 'ஃப்ன் பேர்' (Funfair), 'பேசிக் அட்டென்சன் டோக்கன்' (BAT - Basic attention Token), 'பிரிக் பிளாக்' (Brick Block) போன்றவற்றை இதற்கு எடுத்துக்காட்டாகச் சொல்லலாம்.

எக்ஸேஞ்ச் டோக்கன்ஸ் (Exchange Tokens)

கிரிப்டோ கரன்சி எக்ஸேஞ்சுகள் என்பவை கிரிப்டோ நாணயங்களை வாங்கவும் விற்கவும் செயல்படும் ஒரு சந்தை ஆகும். கிரிப்டோ எக்ஸேஞ்சுகளில், கிரிப்டோ நாணயங்கள் வழங்கப்படுவதற்கும், அவற்றினைப் பயன்படுத்துவதற்குமான டோக்கன்கள் என இவற்றினைச் சொல்லலாம். இவை மற்ற டோக்கன்களுக்கிடையே உள்ள பரிமாற்றத்தை எளிதாக்குகின்றது. 'பினான்ஸ் காயின்' (Binance Coin), 'ஜெமினி யு.எஸ்.டி' (Gemini USD) போன்ற டோக்கன்கள் இவற்றுக்கான சிறந்த உதாரணங்கள் ஆகும்.

பேமெண்ட் டோக்கன்ஸ் (Payment Tokens)

பேமெண்ட் டோக்கன்கள் என்ற வார்த்தையிலேயே உங்களுக்குப் புரிந்திருக்கும். இடைத்தரகர்கள் யாருமின்றி டிஜிட்டல் தளங்களில் பொருட்கள் மற்றும் சேவைகளை வாங்குவதற்கும் விற்பதற்கும் பயன்படுத்தப்படும் டோக்கன்கள் ஆகும். பெரும்பாலான கிரிப்டோ கரன்சிகளை இந்த வகைக்குள் அடக்கி விடலாம். சில யுட்டிலிட்டி டோக்கன்கள், செக்யூரிட்டி டோக்கன்கள்

போன்றவற்றையும் கூட இந்த வகையில் அடக்கிவிடலாம் என்றாலும் அனைத்து யுட்டிலிட்டி டோக்கன்களையும் இந்த வகைக்குள் கொண்டுவரமுடியாது. நமக்கு நன்றாகத் தெரிந்த பிட்காயின் மற்றும் எத்தீரியம் காயின்களை பேமெண்ட் டோக்கன்களுக்கு எடுத்துக்காட்டாகச் சொல்லலாம்.

செக்யூரிட்டி டோக்கன்ஸ் (Security Tokens)

செக்யூரிட்டி டோக்கன்கள் என்பவை கிட்டத்தட்ட பங்குகள் (Shares) போலத்தான். இவை வெளிப்புறச் சொத்திலிருந்து அதாவது பங்குகள், பத்திரங்கள், ரியல் எஸ்டேட் சொத்துக்கள் போன்றவற்றின் மூலம் மதிப்பினைப் பெறுபவை. இதன் பரிமாற்றம், பரிவர்த்தனை, மதிப்பு, வர்த்தகம் ஆகிய அனைத்தும் நிதி கட்டுப்பாட்டாளர்களால் கட்டுப்படுத்தப்படுகின்றது. பங்கு வர்த்தகத்தில் பங்குகள் ஐ.பி.ஓ.(IPO) மூலமாக வழங்கப்படுவது போல, செக்யூரிட்டி டோக்கன்கள் 'செக்யூரிட்டி டோக்கன் ஆஃபரிங்' (STO) மூலமாக வழங்கப்படுகின்றது.

> ஐ.பி.ஓ (IPO – Initial Public Offering)
>
> ஒரு நிறுவனம் பொதுமக்களிடம் இருந்து மூலதனம் பெறத் தனது பங்குகளை வெளியிடும். அந்தப் பங்குகளை நாம் பங்குச்சந்தையில் வாங்கவும், விற்கவும் செய்யலாம். அதேபோல் ஒரு தனியார் நிறுவனம் முதன்முறையாகத் தனது பங்குகளைப் பொதுமக்களுக்கு வெளியிடும் செயல்முறைதான் 'ஐ.பி.ஓ'. என அழைக்கப்படுகின்றது.

செக்யூரிட்டி டோக்கன்கள் இரண்டு வகைகளில் பிரிக்கப்படுகின்றது.

1. ஈக்குவிட்டி (Equity Tokens)
2. அசெட் பேக்டு டோக்கன்கள் (Asset Backed Tokens)

ஈக்குவிட்டி டோக்கன்கள் (Equity Tokens)

டிஜிட்டல் முறையில் நடக்கும் பரிவர்த்தனைகள் என்பதைத் தவிர, இவை கிட்டத்தட்ட பங்குச்சந்தையில் உள்ள பங்குகளைப் போன்றவைதான். பங்குகளைப் போலவே இந்த டோக்கன்களும் அவை எந்த நிறுவனத்தால் வழங்கப்படுகின்றதோ அதன் லாப ஈவுத்தொகைக்கு (Divident) உரியவைதான்.

அசெட் பேக்டு டோக்கன்கள் (Asset Backed Tokens)

தமிழில் இவற்றைச் சொத்து ஆதரவு டோக்கன்கள் என்று சொல்லலாம். இந்தப் பெயரே சொல்லியிருக்கும் அல்லவா.

ஏதேனும் ஒரு சொத்து அல்லது வர்த்தக பொருளின் அடிப்படையில் மதிப்பினைக் கொண்டிருக்கும் டோக்கன்கள் இந்த வகையில் அடங்கும். ‘சியா ஃபண்ட்ஸ்’ (Sia Funds), ‘பிகேப்’ (Bcap – Blcokchain Capital) போன்றவற்றை செக்யூரிட்டி டோக்கன்களின் எடுத்துக்காட்டாகச் சொல்லலாம்.

ஸ்டேபில் காயின்ஸ் (Stable Coins)

ஸ்டேபில் டோக்கன்கள் என்பவை எல்லா நேரங்களிலும் கிட்டத்தட்ட ஒரே நிலையான மதிப்பில் அல்லது ஓரளவு கணித்து விடக்கூடிய மதிப்பில் உள்ள டோக்கன்கள் ஆகும். உதாரணமாக டெதர் காயினை எடுத்துக் கொண்டால் அது 1:1 என்ற மதிப்புடன் யு.எஸ்.டாலர் (USD) அடிப்படையில் இருக்கும்.

டெஃபி டோக்கன்ஸ் (DeFi Tokens)

டெஃபி டோக்கன்கள் *(அதாவது* Decentralise Finance Tokens*)* என்பவை பிளாக்செயின் தொழில்நுட்பத்தில் உருவாக்கப்பட்ட ஒரு நிதி பயன்பாடு (Financial Application or dApps) ஆகும். ஒவ்வொரு , டெஃபி ஆப்பும் (dApps) பின்னணியில் ஒரு குறிப்பிட்ட டோக்கனைக் கொண்டிருக்கும். அதன் மதிப்பின் அடிப்படையில் இது இயங்கும்.

இந்த டோக்கன்கள் மூலம் மக்கள் கடன் கொடுக்கலாம், கடன் வாங்கலாம், வட்டியின் மூலம் சம்பாதிக்கலாம், பங்குகளில் முதலீடு செய்யலாம், பத்திரங்கள் வாங்கலாம், காப்பீடுகள் வாங்கலாம். ‘சோலானா’ (Solana), ‘செயின்லிங்க்’ (Chainlink), ‘யூனிஸ்வாப்’ (Uniswap) போன்ற சில டோக்கன்களை இதற்கு உதாரணமாய் சொல்லலாம்.

என்.எஃப்.டி. (NFD – Non fungible Tokens)

இன்றைய கிரிப்டோ உலகின் ‘ஹாட் டாபிக்’ என்று இதனைச் சொல்லலாம். என்.எஃப்.டி. என்பது ஒரு தனித்துவமிக்க பொருளின் அல்லது மாற்ற முடியாத ஒரு பொருளின் டிஜிட்டல் சான்றிதழ் ஆகும். மற்ற டோக்கன்கள் உருவாக்கப்படும் அதே தொழில்நுட்பத்தில்தான் இதுவும் உருவாக்கப்படுகின்றது. ஆனால் இது கலை சார்ந்தோ அல்லது ஏதேனும் குறிப்பிட்ட ஒரு பொருள் சார்ந்தோ இருக்கும். அதாவது புகைப்படம், வீடியோ, ஓவியம், மீம்கள், GIFகள், இசை, திரைப்படம், விளையாட்டு ஏன் ஒரு டுவிட்டர் பதிவு இப்படி ஒரு குறிப்பிட்ட வடிவம் பிளாக்செயின் தொழில்நுட்பத்தில் உருவாக்கப்படுவதுதான் என். எஃப்.டி. இவை பெரும்பாலும் ஒன்று மட்டுமாகவோ அல்லது

மிகக் குறைந்த அளவிலோ உருவாக்கப்படும். இவற்றைப் போன்ற போலிகளை உருவாக்க முடியாது என்பதால் இவற்றுக்கு மதிப்பு ஏற்படுகின்றது.

உதாரணமாக ட்விட்டர் நிறுவனத்தின் நிறுவனர் 'ஜாக் டோர்சி' (Jack Dorsey) அவர்களின் முதல் ட்விட்டர் பதிவுகள் என்.எஃப்.டி ஆக உள்ளது.

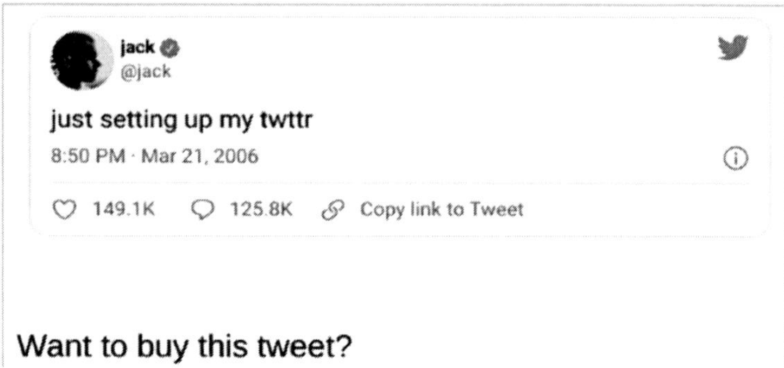

முதல் என்.எஃப்.டி.யானது 2015ம் ஆண்டு எத்தீரியம் பிளாக்செயினில் உருவாக்கப்பட்டது. என்.எஃப்.டி.களுக்கும் தனியாய் சந்தை இருக்கின்றது. ஓப்பன்சீ (OpenSea),ஃபவுண்டேசன் (Foundatiuon), டிசென்ட்ராலேண்டு (Decentraland) போன்ற சில சந்தைகளில் இவற்றினை வாங்கவும், விற்கவும் இயலும்.

கிரிப்டோ பணப்பைகள்
(CRYPTO WALLETS)

கிரிப்டோ கரன்சி மற்றும் வெவ்வேறு வகையான நாணயங்கள் பற்றிய ஒரு அடிப்படை புரிதல் உங்களுக்கு வந்திருக்கும் என்று நம்புகிறேன். இப்போது உங்களுக்கு ஒரு சந்தேகம் தோன்றலாம். இந்த நாணயங்களை வாங்கி என்ன செய்வது. கடையில் கொடுத்து பொருள் வாங்க முடியுமா?

கடைகளில் கொடுத்து பொருள் வாங்குமளவுக்கு நமது ஊரில் இது வளரவில்லை. அனுமதியும் இல்லை. சில நாடுகளில். மிக மிக மிகக் குறைந்த (ஏன் ஒன்றிரண்டு எனச் சொல்லலாம்) இடங்களில் இதனை அனுமதிப்பதுண்டு. பொதுவாக இந்த நாணயங்கள் ஆன்லைன் சேவை, ஆன்லைன் அக்ரிமெண்ட் போன்ற சில விசயங்களுக்குப் பயன்படுத்தப்பட்டாலும். இப்போதைக்கு இதனை ஒரு முதலீட்டு அம்சமாக, லாபம் ஈட்டும் வர்த்தகமாகத்தான் எல்லாரும் பார்க்கிறார்கள். அதாவது பங்குச்சந்தையில் பங்குகளை வாங்கி விற்று லாபம் பார்ப்பது போல், குறைந்த விலையில் வாங்கி அதிக விலை வரும்போது விற்று லாபம் ஈட்டும் நோக்கில் வாங்குகின்றனர்.

அதே போல, இப்போது குறைந்த விலையில் வாங்கி வைத்தால். பின்னாட்களில் இது அதிகபட்சப் புழக்கத்திற்கு வரும்போது அல்லது அதிக மதிப்படையும் போது பயன்படுத்தலாம் என யோசித்து சிலர் நீண்ட நாள் முதலீடு போல் வாங்கி வைக்கின்றனர்.

இந்த காயின்களை எப்படி வாங்குவது? எந்தக் கணக்கில் வைப்பது? எப்படி விற்பது?

இந்த காயின்களை சில தனியார் எக்ஸேஞ்சுகளில் வாங்கலாம். பங்குகளைச் சேமித்து வைக்க டீமேட்

அக்கவுண்ட் பயன்படுவது போல இவற்றின் விபரங்களை வைக்க வாலெட்கள் உள்ளன. புரியும்படி சொல்லவேண்டும் என்றால் கிரிப்டோ கரன்சியை விற்கவோ, வாங்கவோ செய்யும் இடம்தான் எக்ஸேஞ்ச். அங்கு வாங்கிய நாணயத்தின் (அது டிஜிட்டல் வடிவில்தான் இருக்கும் என நினைவில் கொள்ளுங்கள்) விபரங்களைச் சேமித்து வைக்கும் இடம்தான் வாலெட். வாலெட் என்றவுடன் நம் நினைவுக்கு வருவது. நாம் பணத்தை வைத்திருக்கும் பர்ஸ். கிட்டத்தட்ட இந்த வாலெட்டும் அப்படித்தான். ஆனால் இதில் நாம் வாங்கிய கிரிப்டோ காயின்கள் இருக்காது. குழப்பமாக இருக்கிறதா?

வாலெட்டுகள் குறித்துத் தெரிந்து கொள்வதற்கு முன்னதாக பிளாக் செயின் டெக்னாலஜியை மீண்டும் நினைவுக்குக் கொண்டு வருவோம்.

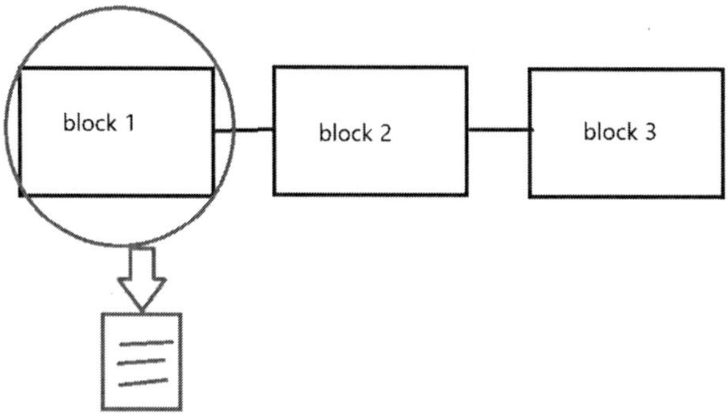

பிளாக் செயின் டெக்னாலஜியில் ஒன்றோடொன்று சங்கிலித் தொடர் போல் இணைக்கப்பட்டிருக்கும் பல பிளாக்குகள் ஒவ்வொன்றுக்கும் ஒரு கணக்குப் புத்தகம் இருக்கும். டெக்னாலஜியில் அதனை லெட்ஜர் என்று சொல்வார்கள். நாம் சுலபமாகக் கணக்கு வழக்குப் புத்தகம் என்று வைத்துக்கொள்வோம். அதில்தான் ஒவ்வொருவரிடமும் உள்ள கிரிப்டோ நாணயங்களின் விபரம் இருக்கும். அதாவது அந்த பிளாக்கில்தான் கிரிப்டோ கரன்சி இருக்கும். இப்போது வாலெட்டுக்கு வருவோம்.

ஒவ்வொரு வாலெட்டுக்கும் இரண்டு சாவிகள் 'KEY' தருவார்கள். ஒன்று பப்ளிக் கீ (Public Key) இன்னொன்று பிரைவேட் கீ (Private Key). ஒரு மின்னஞ்சல் முகவரி அல்லது இணையத்தள வங்கிக்கணக்கைத் திறக்கும் வேளையில் உங்களுக்கு ஒரு யூசர் ஐடி மற்றும் பாஸ்வேர்டு கிடைக்கிறதல்லவா. அதுபோலத்தான் இதுவும். அதாவது பப்ளிக் கீ என்பது யூசர் ஐடி போல. பிரைவேட்

கீ என்பது பாஸ்வேர்டு போல. பப்ளிக் கீ என்பதனை நீங்கள் அனைவரிடமும் பகிர்ந்து கொள்ளலாம். கிட்டத்தட்ட அது உங்கள் வங்கிக்கணக்கு எண் போல.

பிளாக்செயினின் கணக்கு வழக்குப் புத்தகத்தில் அந்த பப்ளிக் கீயில் உங்கள் கணக்கில் உள்ள நாணயங்களின் விபரம் பதிவு செய்யப்பட்டிருக்கும். அந்தக் கணக்கிலிருந்து உங்கள் நாணயங்களை வெளியே எடுக்க அல்லது இடமாற்றம் செய்ய உங்களுக்கு பிரைவேட் கீ தேவைப்படும். ஒருவருக்கு உங்கள் பிரைவேட் கீ தெரிந்தால் அதனை வைத்து அவரால் உங்கள் நாணயங்களை வெளியில் எடுக்க முடியும். அதனால் பிரைவேட் கீயை யாரிடமும் பகிர்ந்து கொள்ளக் கூடாது.

பொதுவாக வாலெட்டுகளை இரண்டு வகையாகப் பிரிப்பார்கள்.

- ஹாட் வாலெட் (HOT WALLET)
- கோல்ட் வாலெட் (COLD WALLET)

ஹாட் வாலெட் (HOT WALLET)

ஹாட் வாலெட் என்பவை இணையத்துடன் இணைக்கப்பட்ட வாலெட்டுகள் ஆகும். நீங்கள் கிரிப்டோ முதலீட்டிற்குப் புதியவர் என்றால் இந்த வகை வாலெட்டுகள் உங்களுக்குரியவை. இவை அணுகுவதற்கு மிக எளிதானவை. ஆனால் அதே சமயம் இணையத்துடன் இணைக்கப்பட்டிருக்கும் கரணத்தினால் பாதுகாப்பு குறைவானவை என்பதனையும் நினைவில் கொள்ளவேண்டும்.

ஹாட் வாலெட்டுகள் மூன்று வகைகளில் உள்ளன.

- டெஸ்க்டாப் வாலெட் (Desktop Wallet)
- மொபைல் வாலெட் (Mobile Wallet)
- வெப் வாலெட் (Web Wallet)

டெஸ்க்டாப் வாலெட் (Desktop Wallet)

டெஸ்க்டாப் வாலெட் என்பது உங்கள் க்ரிப்டோ கரன்சியின் பிரைவேட் கீகளை உங்கள் கணினியில் பாதுகாத்து வைக்க உதவும் ஒரு கம்ப்யூட்டர் புரோகிராம். இதன் மூலம் உங்கள் கணினியில் உங்கள் பிரைவேட் கீக்களைப் பாதுகாப்பாக வைத்திருந்து உங்களுக்குத் தேவைப்படுகையில் உபயோகித்துக் கொள்ளலாம்.

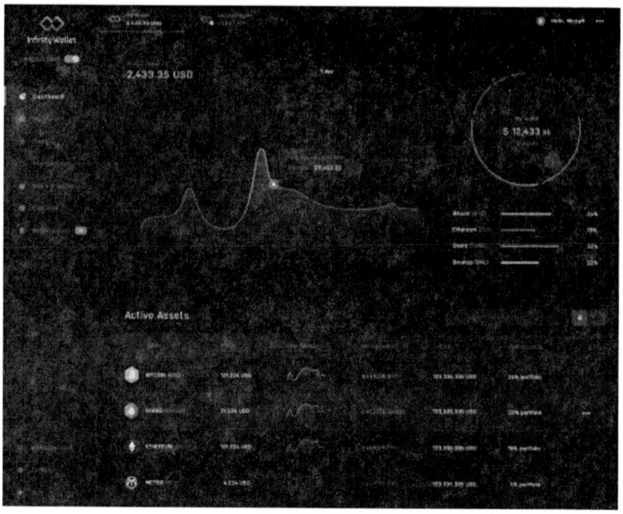

பொதுவாக இவை இலவசமாகக் கிடைக்கின்றன. உபயோகிப்பதும் எளிதாக இருக்கும். சிறிய கிரிப்டோ பரிவர்த்தனைகளுக்கு இவை சிறந்தவை. ஆனால் உங்கள் கணினி இணையத்துடன் இணைந்திருக்கும் வேளையில் ஹேக் செய்யப்பட்டு இவை திருடப்படுவதற்கும் வாய்ப்புள்ளது.

தற்போது வழக்கத்தில் உள்ள சில டெஸ்க்டாப் வாலெட்டுகள்:

- ட்ரெசார் (Trezor)
- லெட்ஜர் (Ledger)
- அட்டாமிக் வாலெட் (Atomic Wallet)
- எல்க்ட்ரம் பிட்காயின் வாலெட் (Electrum Bitcoin Wallet)
- எக்சோடஸ் (Exodus)
- பிட்பே (Bitpay)

சில வாலெட்டுகளில் அனைத்து ரக கிரிப்டோ கரன்சிகளின் விபரமும் சேகரிக்கலாம். ஒரு சில வாலெட்டுகளில் குறிப்பிட்ட கிரிப்டோ கரன்சியின் (உதாரணமாக பிட்காயின் மட்டும் அல்லது எத்தீரியம் மட்டும்) விபரங்களை மட்டுமே சேகரிக்க இயலும்.

மொபைல் வாலெட் (Mobile Wallet)

மொபைல் வாலெட்டுகள் என்பவை உங்கள் ஸ்மார்ட்போனில் உங்களுக்குத் தேவையான பிரைவேட் கீக்களை சேகரித்து உங்கள்

கிரிப்டோ கரன்சிகளை அணுக உதவும் ஒரு பயன்பாடு (Application) ஆகும்.

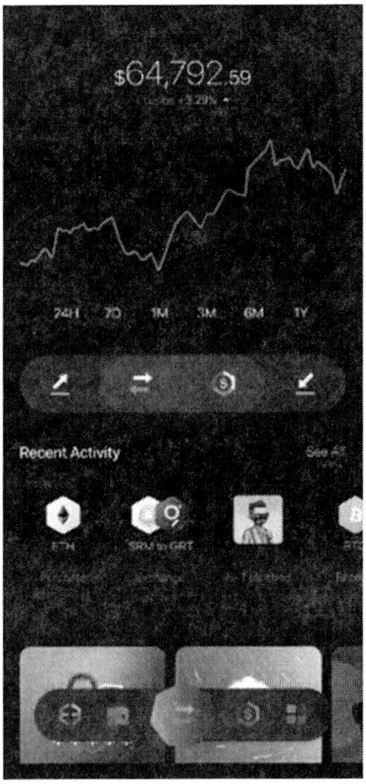

பயணங்களின் போது இவை மிகவும் உதவியாக இருக்கும். உங்கள் மொபைல் ஹேக் செய்யப்பட்டாலோ அல்லது திருடு போனாலே உங்கள் கிரிப்டோ கரன்சிகளும் திருடப்படலாம் என்பதுதான் மொபைல் வாலெட்டுகளில் உள்ள பெரிய பிரச்சினை.

வழக்கத்தில் உள்ள சில மொபைல் வாலெட்டுகள்:

- ரெயின்போ (Rainbow)
- காயின்பேஸ் (Coin Base)
- காயினோமி (Coinomi)
- ட்ரஸ்ட் வாலெட் (Trust Wallet)
- மெட்டா மாஸ்க் (Meta Mask)
- எட்ஜ் (Edge)
- எக்சோடஸ் (Exodus)

இணைய வாலெட் / வெப் வாலெட் (Web Wallet)

வெப் வாலெட்டுகள் என்பவற்றை உங்கள் வெப் பிரவ்சர் (இணைய உலாவி – Web Browser) மூலமாக நீங்கள் பயன்படுத்தலாம். இதற்காக எந்த மென்பொருளையோ (software) அல்லது பயன்பாடுகளையோ (Application) உங்கள் கணினியில் பதிவிறக்கம் (download) செய்ய வேண்டிய அவசியம் இல்லை. நேரடியாகப் பயன்படுத்தலாம். இதில் உள்ள ஒரே குறைபாடு / பாதுகாப்பின்மை உங்கள் ப்ரைவேட் கீயை இணையம் நேரடியாக அணுக முடியும் என்பதுதான்.

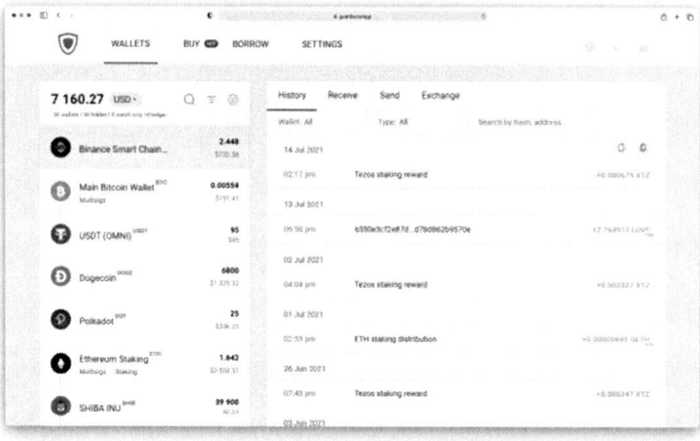

வழக்கத்தில் உள்ள சில வெப் வாலெட்டுகள்:

- காயின்பேஸ் (Coin Base)
- எக்சோடஸ் (Exodus)
- பினான்ஸ் (Binance)
- மெட்டா மாஸ்க் (Meta Mask)
- அட்டாமிக் வாலெட் (Atomic Wallet)
- பிட்பே (Bitpay)

கோல்ட் வாலெட் (COLD WALLET)

கோல்ட் வாலெட்டுகள் என்பவை உங்கள் பிரைவேட் கீயை ஆஃப்லைனில் சேகரித்து வைத்து, உங்களது தினசரி பரிவர்த்தனைகளுக்கு தேவைப்படும்போது உபயோகித்துக் கொள்ள முடியும் வாலெட்டுகள் ஆகும்.

இவை இரண்டு வகைகளில் உள்ளன.

- ஹார்டுவேர் / வன்பொருள் வாலெட் (Hardware Wallet)
- காகித வாலெட் (Paper Wallet)

ஹார்டுவேர் / வன்பொருள் வாலெட் (Hardware Wallet)

ஹார்டுவேர் வாலெட்டுகள் என்பவை கிட்டத்தட்ட பென்டிரைவ் போன்ற ஒரு சாதனம் ஆகும். உங்களுக்குத் தேவைப்படும்போது நீங்கள் இவற்றினை உங்கள் கணினியில் இணைத்து உபயோகப்படுத்திக் கொள்ளலாம்.

இதன் முக்கியமான பாதுகாப்பு அம்சம் என்னவென்றால், உங்கள் கணினி இணையத்துடன் இணைக்கப்பட்டிருந்தாலும், இதில் உள்ள உங்கள் பிரைவேட் கீ அனைத்தும் உங்கள் கட்டுப்பாட்டில் இருக்கும் என்பதுதான்.

தற்போது புழக்கத்தில் உள்ள சில ஹார்டுவேர் வாலெட்டுகள்:

- லெட்ஜர் நானொ எக்ஸ் (Ledger Nano X)
- ட்ரெசார் மாடல் டி (Trezor Model T)
- கீஸ்டோண் புரோ (Keystone Pro)
- கூல்வாலெட் புரோ (Coolwallet Pro)
- எல்லிபால் டைட்டன் (ELLIPAL Titan)

காகித வாலெட் (Paper Wallet)

பெயரிலேயே புரிந்திருக்குமே. உங்கள் கிரிப்டோ கரண்சிகளை அணுக உதவும் பிரைவேட் கீ மற்றும் கியூ ஆர் கோடுகளை (QR CODE) காகிதத்தில் சேகரித்து வைப்பதுதான் காகித வாலெட்டுகள்

எனப்படுகின்றது. இது ஒரு பாதுகாப்பான முறை என்றாலும், காகிதங்கள் சேதமடைவது அல்லது திருடப்பட்டுவிடுவது போன்ற குறைபாடுகள் உள்ளன என்பதனை நினைவில் கொள்ள வேண்டும்.

உங்களுக்கான சிறந்த வாலெட்டுகளை எப்படித் தேர்வு செய்வது?

சிறந்த வாலெட்டுகள் என்பவை உங்களுக்கான வசதியைப் பொறுத்தவையே. நீங்கள் பல விதமான கிரிப்டோ கரன்சியில் முதலீடு செய்யலாம் என நினைத்தால் அனைத்து விதமான கிரிப்டோ பிரைவேட் கீயையும் சேமிக்கும் வாலெட்டுகளைத் தேர்ந்தெடுக்கவேண்டும். அதிக அளவு கிரிப்டோ நாணயங்கள் வைத்திருந்தால் அல்லது அதிக அளவு பணம் முதலீடு செய்ய விரும்பினால் ஹார்டுவேர் வாலெட்டுகள் சிறந்தவையாக இருக்கும். மிகக்குறைந்த அளவே முதலீடு செய்பவராக இருப்பின் ஹாட் வாலெட்டுகளே சிறந்தவை.

இப்போது பெரும்பான்மையான எக்ஸேஞ்சுகளில் வாலெட்டுகளும் இணைந்தே இருப்பதால் அதனைப் பயன்படுத்துவது எளிது. (பங்குச்சந்தையில் டீமேட் அக்கவுண்ட் மற்றும் டிரேடிங்க் அக்கவுண்ட் இணைந்திருப்பது போல்.) அதே போல வாலெட்டுகளின் கட்டணத்தையும், நீங்கள் வாலெட்டுகளைத் தேர்ந்தெடுக்கும்போது கணக்கில் கொள்ளவேண்டும்.

இந்தியாவில் உள்ள சில வாலெட்டுகள்

- பினான்ஸ் (Binance)
- வசீர் எக்ஸ் (WazirX)
- லெட்ஜர் (Ledger)
- ஜெப் பே (Zebpay)
- காயின் டிசிஎக்ஸ் (CoinDCX)
- பை யூகாயின் (BuyUcoin)

அடுத்தடுத்த பக்கங்களுக்கு நகரும் முன் நினைவில் கொள்ளுங்கள். இந்தப் புத்தகத்தில் நான் குறிப்பிடும் நிறுவனப் பெயர்கள், வாலெட்டுகளின் பெயர்கள், எக்ஸேஞ்சுகளின் பெயர்கள் அனைத்தும் நீங்கள் தெரிந்து கொள்ள வேண்டும் என்பதற்காக மட்டும்தான். இதனைத் தவிரச் சிறந்தவையும் இருக்கலாம். இவை உங்களுக்கு வசதிப்படாதவையாகவும் இருக்கலாம். இவற்றில் எதனையும் நான் பரிந்துரைக்கவில்லை என்பதனை நினைவில் வைத்துக் கொள்ளுங்கள்.

கிரிப்டோ வர்த்தகம்

கிரிப்டோ நாணயங்கள் என்றால் என்ன, அவற்றினை எப்படிச் சேமித்து வைப்பது எல்லாம் தெரிந்து கொண்டாயிற்று. இப்போது உங்களின் கேள்விக்கு வரலாம். இந்த காயின்களை எப்படி வாங்குவது, எப்படி விற்பது?

ஒரு நாணயத்தை வாங்கி விற்கும் இடத்தை எக்ஸேஞ்ச் (Exchange) என்று சொல்வார்கள். பல தனியார் எக்ஸேஞ்சுள் உலகெங்கும் இதற்காக இயங்கி வருகின்றது. கிரிப்டோ எக்ஸேஞ்சில் உள்ள மிகப்பெரிய அபாயம் என்னவென்றால் இவற்றினை முறைப்படுத்தவோ அல்லது முறையாகக் கட்டுப்படுத்தவோ ஒரு அமைப்பு என்பது கிடையாது. (பங்குச்சந்தையில் செபியை நினைவு படுத்திக்கொள்ளுங்கள்.)

இந்தியாவிலும் பல எக்ஸேஞ்சுகள் இயங்குகின்றன. ஒரு காயினை எக்ஸேஞ்சில் வாங்கி அதனை உங்கள் வாலெட்டில் சேகரிக்கலாம். பின்னர் அதனை உங்கள் வாலெட்டில் இருந்து எடுத்து அதனை எக்ஸேஞ்சில் விற்றுவிடலாம். இவை அனைத்தையும் இணையத்தில் செய்துமுடிக்க முடியும். சில பிரபலமான எக்ஸேஞ்சில் (வசீரெக்ஸ் போன்றவற்றில்) இது இரண்டையும் (அதாவது வாங்குவது, விற்பது மற்றும் சேமிப்பது) ஒரே கணக்கில், ஒரே இடத்தில் நிகழ்த்த முடியும். முதலில் நீங்கள் அப்படிப்பட்ட உங்கள் வசதிக்கேற்ற ஒரு எக்ஸேஞ்சினை தேர்ந்தெடுக்கவேண்டும்.

இந்தியாவில் உள்ள எக்ஸேஞ்சுகள்

- வசீர்எக்ஸ் (WazirX)
- காயின் டிசிஎக்ஸ் (CoinDCX)

- காயின்சுவிட்ச் குபேர் (Coinswitch Kuber)
- பினான்ஸ் இந்தியா (Binance India)
- ஜெப்பே (ZebPay)
- யுனோகாயின் (Unocoin)

நல்ல எக்ஸேஞ்சினை எப்படித் தேர்வு செய்வது?

இந்தியாவில் பெரும்பான்மையான பயன்பாட்டில் வசீர் எக்ஸ், காய்ன் சுவிட்ச் குபேர், பினான்ஸ் இந்தியா போன்றவை உள்ளன. நல்ல எக்ஸேஞ்ச் என்று சான்றிதழ் கொடுக்க, இதனைக் கண்காணிக்கும் அமைப்பெல்லாம் இல்லை. நீண்ட காலமாகப் பயன்பாட்டில் உள்ளதன் அடிப்படையில் வசீர் எக்ஸ், பினான்ஸ் இந்தியா போன்ற மேற்சொன்ன தளங்கள் பெரும்பான்மையாகப் பயன்படுத்தப் படுகின்றது. ஆனால் அதற்கு கேரண்டி. வாரண்டி கொடுக்கவெல்லாம் ஆளில்லை.

ஒரு எக்ஸேஞ்சில் எப்படிக் கணக்கைத் தொடங்குவது?

ஒரு எக்ஸேஞ்சில் கணக்குத் தொடங்க உங்களின் ஆதார் அட்டை, பான் கார்டு, மின்னஞ்சல் முகவரி, கைப்பேசி எண், வங்கிக்கணக்கு விபரம் போன்றவை தேவைப்படும். முதலாவதாக உங்களின் சுயவிவரங்கள் மற்றும் வருமானவரி எண் விபரங்கள் போன்றவற்றைப் பதிவு செய்ய வேண்டும். புதிதாக ஒரு மின்னஞ்சல் முகவரியைத் துவங்குவது போலத்தான் இது.

விண்ணபத்தில் கேட்கும் ஒவ்வொரு விபரங்களையும் சரியாகத் தரவேண்டும். அத்துடன் உங்கள் மின்னஞ்சல் மற்றும் கைப்பேசி எண்ணினை இணைக்க வேண்டியிருக்கும். அதன் பின்னர் உங்கள் வங்கிக் கணக்கை இணைக்க வேண்டும். அந்த வங்கிக் கணக்கின் மூலமாகத்தான் நீங்கள் உங்கள் கணக்கிற்குப் பணத்தை மாற்றவும், திரும்பப்பெறவும் முடியும். பணத்தை நெஃப்ட் (National Electronic Funds Transfer) அல்லது ஆர்டிஜிஎஸ் (Real Time Gross Settlement) மூலமாக மாற்றலாம். அதன் பின்னர் அந்தப் பணத்தைக் கொண்டு உங்களுக்குத் தேவையான நாணயங்களை வாங்கலாம். அவை உங்கள் கணக்கில் அந்தக் குறிப்பிட்ட நாணயங்களாக வரவு வைக்கப்படும். பின்னர் நீங்கள் விருப்பப்படும்போது அந்த நாணயங்களை விற்று விடலாம். விற்ற பணமானது, மீண்டும் இந்திய ரூபாய் மதிப்பில் உங்கள் கணக்கில் வரவு வைக்கப்படும். மீண்டும் உங்களுக்கு விருப்பமான நேரத்தில் அந்தப் பணத்தைக் கொண்டு தேவையான நாணயங்களை வாங்கிக்கொள்ளலாம்.

நாணயங்கள் விற்ற பணமானது உங்கள் கணக்கில் இந்திய ரூபாயாக இருக்கும் அல்லவா? அதனை நீங்கள் வெளியில்

எடுக்கவேண்டும் என்றால் சுலபமாக உங்கள் வங்கிக்கணக்கிற்கு மாற்றிக்கொள்ளலாம்.

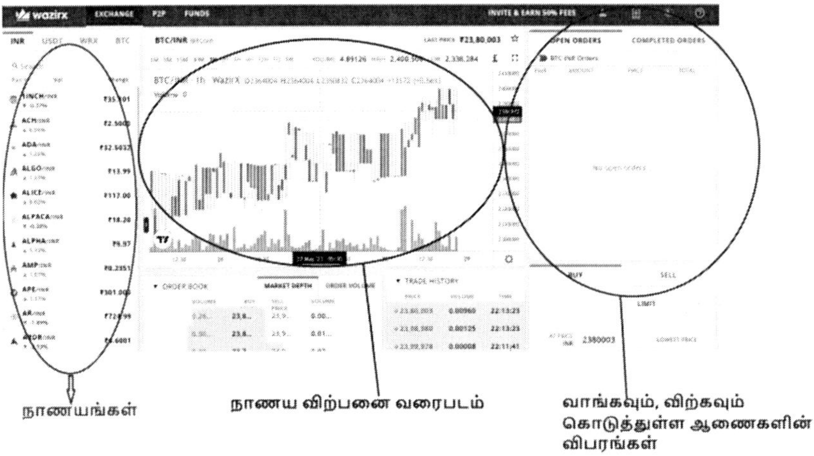

மேலே உள்ள படமானது 'வசீர் எக்ஸ்' எக்ஸேஞ்சில் உள்ள ஒரு கணக்கின் முதல் பக்கம். உங்களின் புரிதலுக்காக மட்டுமே இதனைப் பற்றிப் பேசுகிறோம் என்பதனை நினைவில் வைத்துக் கொள்ளவும். (இது போல இன்னும் பல எக்ஸேஞ்சுகள் உள்ளன என்பதனையும். எந்த ஒரு எக்ஸேஞ்சினையும் நான் பரிந்துரைக்கவில்லை என்பதனையும் நினைவில் கொள்ளுங்கள்.)

ஒரு எக்ஸேஞ்சில் உங்கள் கணக்கைத் துவங்கிய பின், உங்களுக்கு யூசர் ஐடி (USER ID) மற்றும் கடவுச்சொல் (PASS WORD) கிடைக்கும். யூசர் ஐடி என்பது பொதுவாக மின்னஞ்சல் முகவரியாக இருக்கும். உங்கள் கடவுச்சொல்லின் மூலம் உள் நுழைந்தபின் முகப்புப் பக்கத்தில் மேலே உள்ளது போன்ற விபரங்கள்தான் இருக்கும். அதாவது அந்த எக்ஸேஞ்சில் விற்கப்படும் நாணயங்களின் அட்டவணை இருக்கும். எல்லா நாணயங்களும் எல்லா எக்ஸேஞ்சுகளிலும் விற்கப்படாது. ஒவ்வொரு எக்ஸேஞ்சும் குறிப்பிட்ட நாணயங்களை மட்டுமே விற்கும். அந்த நாணயங்களை கிளிக் செய்தால் அதன் விலை ஏற்ற இறக்க வரைபடம் தோன்றும். அதன் மூலம் அந்த நாணயங்களின் மதிப்பு ஏற்ற இறக்கங்களை நீங்கள் துல்லியமாக அறிந்து கொள்ளலாம்.

இப்போது உங்களுக்கு அடுத்த கேள்வி எழும்.

குறைந்த பட்சம் எவ்வளவு ரூபாய்க்கு காயின் வாங்க முடியும். ஒரு பிட்காயின் 24 லட்சம் என்றால், அவ்வளவு பணம் போட்டுத்தான் வாங்கமுடியுமா?

பங்குச்சந்தையில் இல்லாத ஒரு பெரிய வசதி இங்கு உள்ளதென்றால், நீங்கள் முழுதாகத்தான் ஒரு நாணயம் வாங்க வேண்டுமென்பதில்லை. சிறிது சிறிதாகப் பிரித்து வாங்க இயலும். அதாவது பங்குச்சந்தையில் ஒரு பங்கின் விலை ரூ.100 என்றால் ரூ.100 முழுமையாகச் செலுத்தி ஒரு பங்கு மட்டுமே வாங்க முடியும். கால் பங்கு, அரை பங்கு என்றெல்லாம் வாங்க இயலாது. ஆனால் கிரிப்டோ மார்க்கெட்டில் நீங்கள் ஒரு நாணயத்தை முழுமையாக வாங்க வேண்டிய அவசியம் இல்லை. பகுதிகளாக வாங்க முடியும். உதாரணமாக ஒரு லட்சம் ரூபாய் மதிப்புள்ள ஒரு நாணயத்தை ரூ.100 செலுத்தி 0.001 நாணயம் கூட வாங்கலாம். அதனை விற்கவும் இயலும். மேலும் குறைந்தபட்சம் ரூ100க்குக் கூட நாணயங்கள் வாங்கமுடியும்.

ஒவ்வொரு நாளும் எந்த நேரத்தில் காயின்கள் வாங்க / விற்க இயலும்?

24 X 7. *அதாவது இந்தச் சந்தைகள் 24 மணி நேரமும் செயல்பாட்டில் இருக்கும். எப்போது வேண்டுமானாலும் வாங்கலாம். விற்கலாம். சனி, ஞாயிறு விடுமுறை தினம் என்று எதுவும் கிடையாது. பங்குச்சந்தைகள் போன்று குறிப்பிட்ட வேலை நேரங்கள் எல்லாம் கிடையாது.*

எக்ஸேஞ்சுகளில் கிரிப்டோ கரன்சி வாங்க கமிஷன் கொடுக்க வேண்டுமா?

ஆமாம், ஒரு காயினை வாங்கவோ அல்லது விற்கவோ செய்யும்போது குறைந்தபட்சக் கட்டணம் செலுத்த வேண்டியிருக்கும். இது ஒவ்வொரு எக்ஸேஞ்சினைப் பொறுத்து மாறுபடும். உங்களுக்கான ஒரு எக்ஸேஞ்சினைத் தேர்வு செய்யும்போது, இந்தக் கட்டணத்தின் அளவு எவ்வளவு என்பதைப் பார்த்துக் கொள்ளுதல் நலம்.

நம்மிடம் எத்தனை நாணயங்கள் உள்ளன என எப்படித் தெரிந்து கொள்வது என்றொரு கேள்வி உங்களுக்கு அடுத்ததாகத் தோன்றும்.

உங்கள் கணக்கில் உள்ள நாணயங்களின் விபரங்களை நீங்கள் அட்டவணை வடிவில் பார்த்துக் கொள்ள முடியும். இதற்கான வசதி அனைத்து எக்ஸேஞ்சுகளிலும் இருக்கும்.

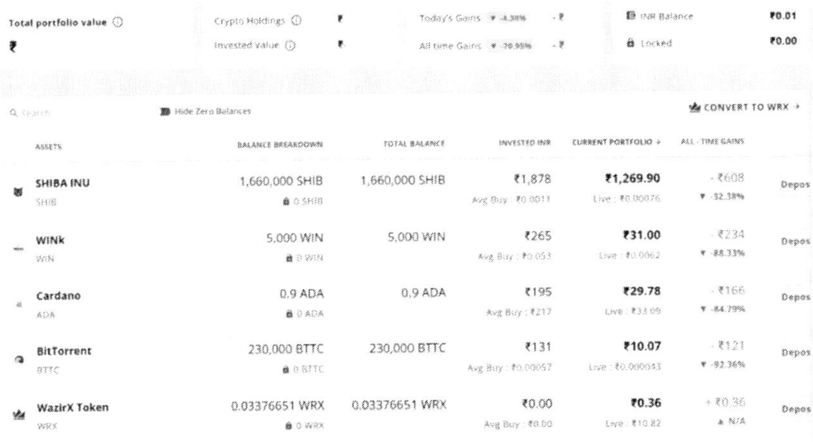

எப்படி ஒரு காயினைத் தேர்வு செய்து வாங்குவது?

நூற்றுக்கணக்கான காயின்கள் உள்ளன என்றாலும் குறிப்பிட்ட காயின்களைத் தேர்வு செய்து வாங்குவதுதான் நமது பணத்திற்கான குறைந்தபட்சப் பாதுகாப்பாக இருக்கக் கூடும்.

பங்குச்சந்தையில் ஒரு பங்கு வாங்கும்போது, அது எந்த நிறுவனத்தைச் சேர்ந்தது. அதன் லாபமீட்டும் திறன் என்ன. போன்றவற்றினை ஆய்வு செய்து ஒரு பங்கை வாங்க முடியும். ஆனால் கிரிப்டோவில் அந்த வசதி கிடையாது. எனவே முடிந்தவரை அவற்றின் ஏற்ற இறக்கங்களைப் பார்த்தும், கிரிப்டோவில் நீண்ட காலம் டிரேடிங் செய்யும் நண்பர்களைக் கேட்டும் வாங்குவது நலம்.

விலை குறைவாக உள்ளதே என்று நாணயங்கள் வாங்குவதும் தவறு. அது போலவே விலை ஏறிக்கொண்டே போகின்றதே என அந்த நாணயங்களை வாங்குவதும் தவறு. பங்குச்சந்தை போலல்லாது இதில் ஏற்ற இறக்கங்கள் படு பயங்கரமாக இருக்குமாகையால் விழிப்புணர்வுடன் இல்லையென்றால் உங்கள் பணம் காணாமல் போய்விடும்.

ஒருவேளை உங்களுக்கு கிரிப்டோ வர்த்தகத்தில் ஈடுபடும் எண்ணம் இருந்தால் கீழ்க்கண்ட வரைபடங்களை ஒருமுறை பார்த்துக்கொள்ளுங்கள். சில முக்கியமான கிரிப்டோ காயின்கள் 2020 முதல் தற்போது வரை எந்த விலையில் இருந்தன

என்பதற்கான வரைபடங்கள்தான் இவை.

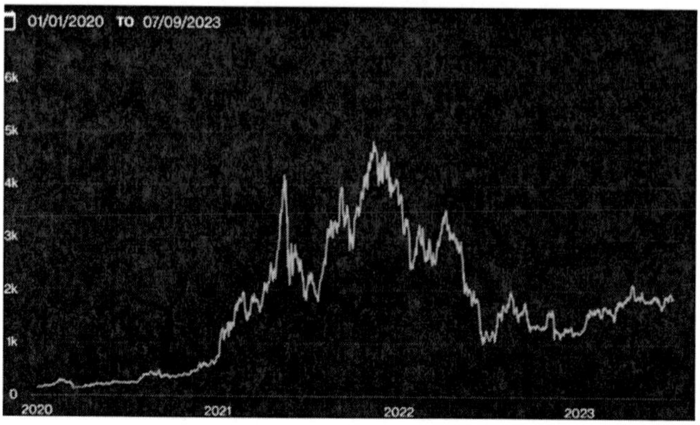

பிட்காயின்

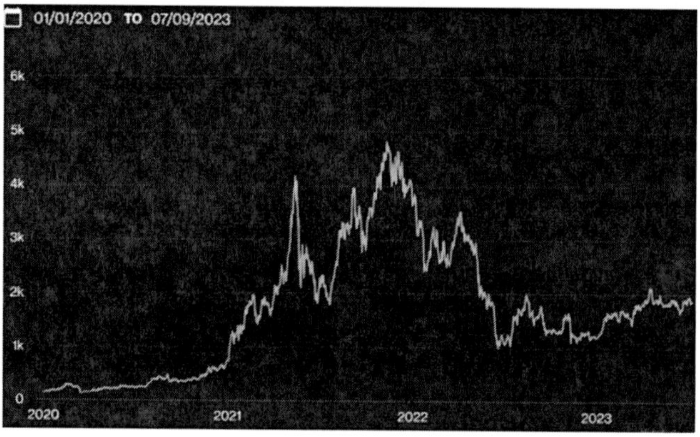

எத்தீரியம்

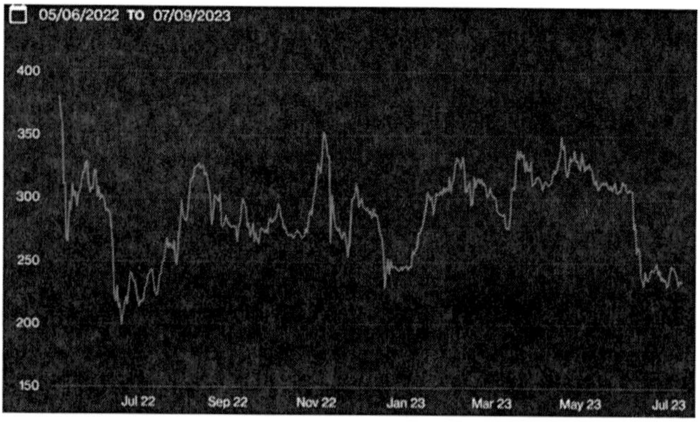

பினான்ஸ் காயின்

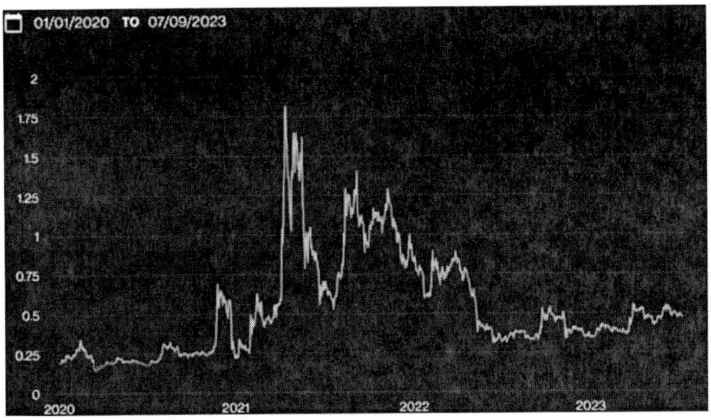

எக்ஸ்.ஆர்.பி.

கார்டா

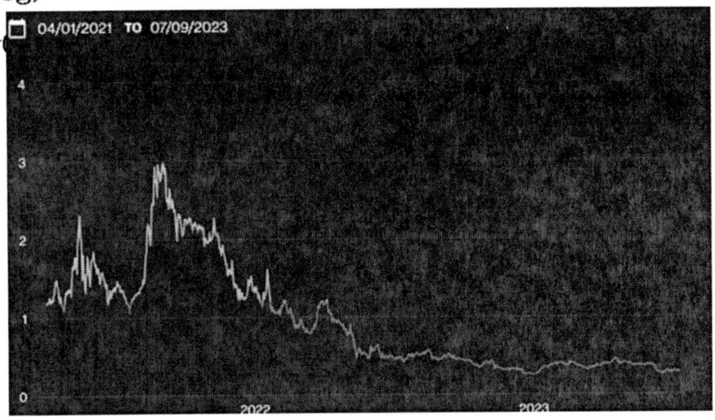

எப்படியெல்லாம் ஏமாற்றப்படலாம்?

கிரிப்டோ கரன்சியைப் பற்றி நண்பர்கள் யாரேனும் புதிதாகப் பேச ஆரம்பிக்கும் போதெல்லாம் அவர்கள் முதலில் கேட்கும் கேள்வி.

இதில் நிறைய மக்கள் ஏமாந்து பணத்தைத் தொலைப்பது உண்மையா? எனில் எப்படி ஏமாறுகின்றனர்?

உண்மைதான். நிறைய மனிதர்கள் எப்படி இதில் சம்பாதித்து உள்ளனரோ, அந்தளவிற்குப் பணத்தையும் தொலைத்தும் உள்ளனர். நாம் ஏற்கனவே பார்த்தது போல இதனைக் கட்டுப்படுத்த எந்த முறையான அமைப்பும் இல்லை. அதனால் ஏமாற்று வேலைகள் அதிகமாகவே இருக்கும்.

சில மாதங்களுக்கு முன்னால் ஒரு குறிப்பிட்ட நாட்டினில் இருந்த ஒரு எக்ஸேஞ்ச் திடீரென மூடப்பட்டது. ஏன் மூடினார்கள், என்னவாயிற்று தெரியாது. ஆனால் அந்த எக்ஸேஞ்சில் பணம் வைத்திருந்தவர்கள் அனைவருக்கும் நஷ்டம்தான். எந்த அமைப்பினையும் கேட்கமுடியாது. அது தனியார் எக்ஸேஞ்ச் அவ்வளவுதான். கிட்டத்தட்ட நம்மூர் சீட்டுக் கம்பெனி போலத்தான். பணத்தைத் தூக்கிக்கொண்டு ஓடி விட்டால் பணம் திரும்பக் கிடைப்பது சுலபம் அல்ல.

அடுத்ததாக ஒவ்வொரு நாளும் விதவிதமான கிரிப்டோ காயின்கள் பயன்பாட்டுக்கு வருகின்றது. இவற்றினைப் பற்றிய எந்த அடிப்படை அறிவும் இன்றி அதனை வாங்கினால் என்ன ஆகும்.

முதல் அபாய வாய்ப்பு. ஒரு கட்டத்தில் அந்த காயினே பயன்பாட்டுக்கு இல்லாமல் இழுத்து மூடி ஓடி விட்டால் போட்ட பணம் அம்போதான்.

இரண்டாவது அபாய வாய்ப்பு. அதன் உண்மையான மதிப்பினை விட அதிகமான விலை கொடுத்து வாங்கி, விலை வீழ்ந்தவுடன் என்ன செய்வது என்று திகைத்து நிற்பது.

பொதுவாக கிரிப்டோ கரன்சியில் இருக்கும் மிகப்பெரிய அபாயம். இதில் உள்ள ஏற்ற இறக்கம்தான். ஒரு உதாரணத்திற்கு எனக்கு நிகழ்ந்ததைச் சொல்கிறேன்.

ஒரு குறிப்பிட்ட காயினை 900 ரூபாய்க்கு (சில லட்சம் எண்ணிக்கையுள்ளது. அவ்வளவு குறைந்த விலை) வாங்கினேன். மூன்று மாதங்கள் கழித்து ஒருமுறை அதன் மதிப்பு ஏறி ஏறி ரூ.16,000க்குப் போய்விட்டது. (எத்தனை மடங்கு லாபம் பாருங்கள்.) அதற்கு மேலும் ஏறும் என பார்த்துக்கொண்டிருந்தேன். திடீரெனக் குறைய ஆரம்பித்து ரூ.3000க்கு வந்து நின்றது. (இந்த அத்தியாயம் எழுதும்போது ரூ.2700.)

இப்படியான திடீர் ஏற்றமும் இறக்கமும் இதில் மிக அதிகம். ஒரு காயின் ஏறியிருப்பதனைப் பார்த்து அதனை அதிக விலை கொடுத்து அவசரமாக வாங்கி, அது பொத்தென்று அதலபாதாளத்தில் விழுந்து அதன் பின் எழாமலே போய்விட, பணத்தைத் தொலைத்தவர்கள்தான் அதிகம் பேர். நிதானம் இல்லையெனில் உங்களை வாரிச் சுருட்டிப் போய்விடும் வாய்ப்பு இதில் மிக அதிகம்.

நீங்கள் எப்படியெல்லாம் ஏமாற்றப்படலாம்?

- ஒரு லட்சம் கொடுங்கள் கிரிப்டோ கரன்சியில் முதலீடு செய்து உங்களுக்கு ஒரு வாரம் அல்லது ஒரு மாதத்தில் இரண்டு லட்சமாக மாற்றித் தருகின்றேன் என்று யாராவது வந்தால் கல்லைக் கொண்டு அடித்துத் துரத்தி விடுங்கள். இந்த கிரிப்டோ ஜீ பூம்பா எப்படித் தூக்கும், எப்படிக் கவிழ்க்கும் என்று எந்த ஜித்தனாலும் சொல்லமுடியாது. உங்கள் பணத்தை நீங்கள் மட்டுமே நேரடியாக முதலீடு செய்யவேண்டும்.
- எந்த நாணயங்கள் வாங்கினால் லாபம் கிடைக்கும் என்று சொல்வதாகக் கட்டணம் கேட்டால் கொடுக்காதீர்கள். இங்கும் அதேதான். ஜீபூம்பாவை கணிக்கும் ஜித்தன் யாருமில்லை.

- கிரிப்டோ வர்த்தகம் செய்வது எப்படி என்று சொல்லித் தருவதாக நிறைய விளம்பரம் வரும். காசு கொடுத்துக் கற்றுக்கொள்ளுமளவிற்கு இது பெரிய வித்தையில்லை என்று உங்களுக்கு இப்போதே தெரிந்திருக்கும். மேலும் நிறைய இலவச யூடியூப் வீடியோக்கள் உள்ளன.

- ஓரளவிற்கு நம்பிக்கையான நெடுங்காலம் உள்ள எக்ஸேஞ்சுகளில் கணக்கைத் துவக்குங்கள். கட்டணம் குறைவாக உள்ளது என்று ஏதாவதொன்றில் துவக்காதீர்கள். மொத்தமாகச் சுருட்டிக்கொண்டு ஓட வாய்ப்பு மிக அதிகம்.

- குறைவான மதிப்பாய் இருக்கின்றதே எனக் கண்ட நாணயங்களை வாங்காதீர்கள். மொத்தமாய் அந்த நாணயம் மதிப்பிழந்து போகவும் வாய்ப்புள்ளது.

கிரிப்டோ மோசடிகள்

ஒரு புதிய துறையோ அல்லது வாய்ப்போ விரியும் போதெல்லாம் அதன் பெயரில் நடக்கும் ஏமாற்று வேலைகள் ஏராளமாக இருக்கும். அதற்கான காரணம் அது குறித்த விழிப்புணர்வும், அந்தத் துறை குறித்த அறிவும் முழுமையாக மக்களுக்கு இல்லாததேயாகும். சதுரங்க வேட்டை திரைப்படப் பாணியில் சொல்வது போல எல்லா ஏமாற்று வேலைகளின் அடிப்படையும் ஒன்றுதான். ஆசையைத் தூண்டுதல்.

எந்த முதலீட்டிலும் அதிகமாக லாபம் வரவேண்டும் என்ற பொதுவான எண்ணம்தான் நம்மை அதிகமாக ஏமாற வைக்கும். அந்த வகையில் கிரிப்டோ கரன்சி தரும் கவர்ச்சி எண்ணற்ற மக்களை விளக்கைத் தேடி வரும் விட்டில் பூச்சிகள் போல வரவழைத்து வீழ்த்தி இருக்கின்றது.

கிரிப்டோவின் பெயரினால் நடக்கும் 90% மோசடிகளுக்கான திரைக்கதை ஒன்று போலத்தான் இருக்கும். ஒரு வாட்ஸ் ஆப் குழு அல்லது டெலிகிராம் குழு அல்லது முகநூல் குழு அல்லது நேரடித் தொலைபேசி அழைப்பு அல்லது ஒரு எம்.எல்.எம் (Multi Level Marketing) முகவர் மூலமாக கிரிப்டோ கரன்சி என்னும் சொல் மோசடிக்குழு குறி வைக்கும் நபருக்கு அறிமுகப்படுத்தப்படும். நாம் அந்த நபருக்கு அப்பாவி ராஜா எனப் பெயர் வைத்துக்கொள்ளலாம்.

அப்பாவி ராஜா அதற்கு முன்னர் பிட்காயின் என்ற வார்த்தையைக் கேள்விப்பட்டதோடு சரி. அதன் பின்னால் இருக்கும் தொழில்நுட்பம், வளர்ச்சி

எதுவுமே தெரியாது. நாலைந்து வருடத்திற்கு முன்னால் ஒரு ரூபாய்க்கு வாங்கிய பிட்காயின் இன்றைக்கு 35 லட்சம் ரூபாயாக இருக்கின்றது என்று அவர்கள் சொன்னபோது அவன் நம்பவில்லை. ஆனால் அந்த நபர் தனது வங்கிக்கணக்கு மற்றும் பிட்காயின் வைத்திருக்கும் கணக்கு எல்லாவற்றையும் காட்டிய போது அப்பாவி ராஜா அசந்து போய்விட்டான்.

அதில் முதலீடு செய்யலாமா என்ற ஒரு சிறிய யோசனை வந்தபோது, தனது அலுவலகத்தில் இருந்த ஒருவரிடம் பிட்காயினின் மதிப்பு வளர்ந்திருப்பது உண்மைதானா எனக்கேட்டான் அப்பாவி ராஜா. அவரும் அது உண்மைதான் எனச் சொன்னபோது அப்பாவி ராஜா பெரும் மகிழ்ச்சியடைந்து கிரிப்டோ கரன்சியில் முதலீடு செய்யும் முடிவுக்கு வருகிறான். அலுவலக நண்பர் பிட்காயின் மதிப்பு இப்போது பெரிதாய் வளராமல் இருப்பதாகவும், கிரிப்டோவின் பெயரால் நிறைய மோசடிகள் நிகழ்வதாகவும், அதில் முதலீடு செய்யும் எண்ணம் இருந்தால் செய்ய வேண்டாம் என்றும் கூறிய போது அப்பாவி ராஜா அவர் தன் மீது பொறாமைப் படுவதாக எண்ணினான். அவரிடம் அதன்பின் எதுவும் கேட்டுக்கொள்ளவில்லை.

முதலில் ஒரு ஐம்பதாயிரம் ரூபாயினை எடுத்துக்கொண்டு அந்த முகவரிடம் சென்றான். தனக்கு எதுவும் தெரியாது என்று அவர் நினைத்து விடக்கூடாது என்பதற்காக, பிட்காயின் இப்போது பெரிதாக வளர்வதில்லையே என்ற கேள்வியை அவரிடம் கேட்கிறான்.

அவரோ, “சார் பிட்காயினுக்கு சமமாக வளரப் போகின்ற நிறைய காயின்கள் இப்போது சந்தையில் வருகின்றது. அதில் ஒரு நல்ல காயினா, டெக்னிக்கலா ஆராய்ச்சி செய்து நாங்கள் அதில் முதலீடு செய்வோம்” என்கிறார். அந்தப் பதிலில் திருப்தியடைந்த அப்பாவி ராஜா ஐம்பாதியிரத்தை அதில் முதலீடு செய்கிறான்.

முதல் இரண்டு மாதங்களில் பத்தாயிரம், பத்தாயிரம் என இருபதாயிரம் கிடைக்கிறது. இருபதாயிரம் மாதச் சம்பளம் வாங்கும் அப்பாவி ராஜாவின் மகிழ்ச்சிக்கு அளவேயில்லை. கடவுள் தனக்கு நல்ல வழி காட்டி விட்டதாக மகிழ்கிறான். தனக்குத் தெரிந்தவர்களிடமெல்லாம் சொல்லி அதில் முதலீடு செய்ய வைக்கிறான். தனது வீட்டினை அடமானம் வைத்து இருபது லட்சம் கடன் வாங்கி முதலீடு செய்கிறான்.

கோடிஸ்வரனாகும் கனவில், வேலையை ராஜினாமா செய்து விட்டு இதனை முழு நேரமாகப் பார்க்கும் முடிவெடுக்கும்போது,

ஒரு சுபயோக சுபதினத்தில் அந்த முகவர் அல்லது அந்த கம்பெனி காணாமல் போகின்றது. அப்பாவி ராஜா தன் பணத்தைத் தொலைத்தது மட்டுமன்றி அவன் நண்பர்களின் பணத்தையும் தொலைக்க வைத்து என்ன செய்வது என்று திகைத்து நிற்கிறான்.

இந்தத் திரைக்கதைதான் அங்கங்கே கொஞ்சம் மாற்றம் செய்யப்பட்டு, மக்களை ஏமாற்றப் பயன்படுத்தப்படுகின்றது. காந்தப்படுக்கை, தேக்குமரம், ரியல் எஸ்டேட், ஈமுகோழி என்ற வரிசையில் இப்போது கிரிப்டோ கரன்சியும் சேர்ந்துவிட்டது. கொரோனா காலகட்டத்தில் தமிழகத்தின் தென்மாவட்டங்களில் ஒரு குறிப்பிட்ட கும்பலால் நிகழ்த்தப்பட்ட கிரிப்டோ மோசடி மேலே சொன்ன வகையைச் சேர்ந்ததுதான்.

அந்த வர்த்தகத்தில் ஈடுபட்டு, தனது பணத்தை மட்டுமல்லாது தனது தோழிகளின் பணத்தையும் சேர்த்துத் தொலைத்த மதுரையைச் சேர்ந்த ஒரு பெண்மணி ஒரு தொலைக்காட்சியில் தான் ஏமாற்றப்பட்ட விதத்தைச் சொல்லிக் கொண்டிருந்தார். அப்போது அவர் சொன்னதைக் கேட்டு அழுவதா அல்லது சிரிப்பதா எனத்தெரியாமல் போயிற்று.

அவர்களை ஏமாற்றிய அந்தக் கும்பலின் தலைவன், மாதா மாதம் ஒரு கலந்துரையாடல் நிகழ்வு ஏற்பாடு செய்வாராம் (எம்.எல்.எம். போலத்தான்). அந்த நிகழ்வுக்குக் கோட் சூட் அணிந்து டிப் டாப்பாக வரும் அவர் ஒரு சூட்கேஸ் கையில் வைத்திருப்பாராம். அது முழுவதும் கிரிப்டோ கரன்சி இருக்கின்றது என்று சொல்லி அவர்களை நம்ப வைத்திருக்கிறான். கிரிப்டோ கரன்சி என்பது டிஜிட்டல் பணம் என்ற அடிப்படை விபரத்தைக் கூடக் கேட்டறியாது அவசர அவசரமாய் அதில் முதலீடு செய்திருக்கும் அவர்களை என்ன சொல்வது. ஏமாறுபவர்கள் இருக்கும் வரை ஏமாற்றுபவர்கள் இருந்து கொண்டுதான் இருப்பார்கள்.

கிரிப்டோ கரன்சி அல்ல எந்த முதலீடாக இருந்தாலும் அது குறித்து முழுமையாகத் தெரிந்து கொள்ளாது அதில் முதலீடு செய்வதென்பது பாடுபட்டுச் சம்பாதித்த உங்கள் பணத்தைப் பாழும் கிணற்றில் வீசுவது போலத்தான். எனவே ஜாக்கிரதையாக இருப்பது உங்கள் சாமர்த்தியம். கிரிப்டோ மோசடி குறித்துப் பேசும் வேளையில் தவிர்க்கவே முடியாத ஒரு பெயர் ஒன் காயின். யோசித்துப் பார்க்க முடியாத ஒரு மோசடி.

ஒன் காயின் (ONE COIN):

வரலாற்றின் மிகப்பெரிய மோசடிகளில் ஒன்று என வர்ணிக்கப்பட்ட ஒன் காயின் மோசடியின் பின்னால் இருந்தது ஒரு பெண். இன்று வரை யார் கையிலும் பிடிபடாமல், 'கிரிப்டோ குயின்' (Cryptoqueen) என்ற பட்டம் கொடுத்து எஃப்.பி.ஐ (FBI) தலைக்கு ஒரு லட்சம் டாலர் பரிசுப் பணத்தை அறிவித்துத் தேடிக்கொண்டிருக்கும் அந்தப் பெண் 'ருஜா இக்னாடோவா' (Ruja Ignatova)

புகைப்படத்தில் சிரித்துக் கொண்டிருக்கும் இந்த கிரிப்டோ குயின் நிகழ்த்திய ஒன் காயின் மோசடியின் மொத்த மதிப்பு கிட்டத்தட்ட நான்கு பில்லியன் டாலர்கள்.

உண்மையில் ஒன் காயின் என்பதனை கிரிப்டோ கரன்சி வகையிலேயே சேர்க்க முடியாது. இதனை ஒரு பொன்சி முறை (Ponzi Scheme) என வர்ணிக்கலாம்.

Ponzi Scheme என்பது ஒரு மோசடியான முதலீட்டு முறை ஆகும். நமது எம்.எல்.எம் போல. ஒரு தனி நபரையோ அல்லது நிறுவனத்தையோ நம்பி அதன் திட்டங்களில் மக்கள் முதலீடு செய்கிறார்கள். அவர்களுக்கு, தனது லாபத்தில் இருந்து பணத்தைத் திருப்பிக் கொடுக்காமல், அந்தத் திட்டத்தில் புதிதாக வந்து சேர்பவர்களின் பணத்தைக் கொண்டு திருப்பிக்கொடுக்கும் மோசடிதான் 'Ponzi Scheme' எனப்படுகின்றது.

துபாயில் பதிவு செய்யப்பட்டு பல்கேரியா நாட்டில் 'ஒன் காயின் லிமிடேட்' (One Coin Limited) என்ற நிறுவனமும், பெலிஸில் (Belize) பதிவு செய்யப்பட்ட 'ஒன் லைஃப் நெட்வொர்க் லிமிடேட்' (One life Network limited) என்ற நிறுவனமும் 'ருஜா இக்னாடோவா' மற்றும் 'செபாஸ்டியன் கிரீன்வுட்' ஆகிய இருவரால் துவங்கப்பட்டது. 2014ம் ஆண்டின் பிற்பகுதியில் இவர்களால் அறிமுகப்படுத்தப்பட்ட நாணயம்தான் 'ஒன் காயின்'. இதனை இவர்கள் பிட்காயின் கில்லர் (Bitcoin Killer) என்று வர்ணித்தார்கள்.

ஒன் காயின் என்பதனை கிரிப்டோ கரன்சி வகையிலேயே சேர்க்க முடியாது என்று சொன்னதற்குக் காரணம் இது பிளாக் செயின் டெக்னாலஜியில் உருவாக்கப்படவில்லை. மாறாக இதன் விபரங்கள் அனைத்தும் ஒன் காயின் லிமிடேட் சர்வரில் மட்டுமே சேகரிக்கப்பட்டிருந்தது. (இந்த காயின் அறிமுகமாகி சக்கைப் போடு போட்டுக் கொண்டிருந்த காலத்தில் ரகசியமாக இதனை பிளாக் செயின் டெக்னாலஜியில் உருவாக்க உலகின் தலை சிறந்த பொறியாளர்களை இவர்கள் தேடிக்கொண்டிருந்த கதையெல்லாம் உண்டு.)

ஒன் காயினின் முக்கிய வணிகம் என்பது கிரிப்டோ கரன்சி வர்த்தகத்திற்கான கல்விப் பொருட்களை விற்பனை செய்வதாகும். (ஆனால் இந்தத் தகவல்கள் எல்லாம் வெவ்வேறு விதமான இலவச இணையங்களில் இருந்து திருடப்பட்டவை என்பது தனி காமெடி) இப்படி உலகம் முழுதும் இவர்கள் கிட்டத்தட்ட நான்கு பில்லியன் டாலர்கள் முதலீட்டினைப் பெற்றனர்.

2016ம் ஆண்டில் இந்தத் திட்டத்தின் சாயம் வெளுக்கத் துவங்கி ஜனவரி 2017ல் முற்றிலுமாக மூடப்பட்டது. சீனாவில் 98 பேர் மீது இது குறித்த வழக்குப் பதிவு செய்யப்பட்டு 267.50 மில்லியன் டாலர்களை திரும்பப்பெற்றுள்ளனர். ஆனால் 2017ல் காணாமல் போன ருஜா இக்னாடோவா இன்றுவரை அகப்படவேயில்லை. அவருக்குப் பின்னால் நிறுவனத் தலைவராகப் பொறுப்பேற்ற

அவரது சகோதரர் 'கான்ஸ்டான்டின் இக்னாடோவா' கைது செய்யப்பட்ட பின் தனது குற்றத்தை ஒப்புக்கொண்டார். அவருக்கும் 90 வருடங்கள் சிறைத்தண்டனை வழங்கப்பட்டுள்ளது.

இப்படி உலகளவில் மட்டுமல்ல, நமது இந்தியாவிலும் கிரிப்டோ மோசடி என்பது தினந்தோறும் நிகழ்ந்து கொண்டுதான் இருக்கின்றது. இரண்டு ஆண்டுகளுக்கு முன் டெல்லியில் இருந்த ஒரு சிறிய கிரிப்டோ எக்ஸேஞ்சின் ஐந்நூறு கோடி ரூபாய் மோசடி வெளிவந்து பரபரப்பானது. அந்த எக்ஸேஞ்சின் நிறுவனர், கிரிப்டோ முதலீட்டில் லாபம் சம்பாதிக்கலாம் என வெளியில் வசூல் செய்து மொத்தமாகக் கடையை மூடி விட்டார். இன்னும் வழக்கு சென்று கொண்டிருக்கின்றது.

மிகச் சமீபத்தில் எண்ணூரினைச் சேர்ந்த ஒரு பார்மசி நிறுவனர், 200% லாபம் கிடைக்கும் என ரூ.13.5 லட்சத்தை கிரிப்டோ முதலீட்டிற்காகக் கொடுத்து ஏமாந்துள்ளார். இதுகுறித்து மூன்று நபர்கள் கைது செய்யப்பட்டுள்ளனர். ஆகவே விழிப்புடன் இருங்கள்.

உலகளவிலான சில முக்கியமான கிரிப்டோ ஏமாற்று வழிகள்

பிட்காயின் முதலீட்டுத் திட்டங்கள்

பெரும்பாலும் இது போன்ற முதலீட்டுத் திட்டங்களின் மூலமாகத்தான் மக்களை ஏமாற்றுகின்றனர். பிட்காயினில் முதலீடு செய்வதன் மூலமாக லட்சங்களில் சம்பாதிக்கலாம் என ஆசையைத் தூண்டி பணத்தை எளிதாக மோசடி செய்து விடுகின்றனர்.

மின் தூண்டிலிடல் (ஃபிஷிங்) (Phishing Scams)

இது நெடுங்காலமாகப் பயன்படுத்தப்படும் பிரபலமான ஏமாற்றும் வழி ஆகும். உங்கள் கைப்பேசிக்கு ஒரு குறுஞ்செய்தி வரும் அல்லது உங்கள் மின்னஞ்சலுக்கு ஒரு இணைப்பு வரும். தெரிந்தோ தெரியாமலோ நீங்கள் அதனைத் தொட்டால் உங்கள் தனிப்பட்ட தகவல்கள் திருடப்பட்டு உங்கள் வங்கிக்கணக்கிலிருந்து பணம் திருடப்படும் அல்லவா. அதுபோலவே உங்கள் கிரிப்டோ வாலெட்டுக்களின் பாஸ்வேர்ட் (அதாவது பிரைவேட் கீ) திருடப்பட்டு உங்கள் கிரிப்டோ நாணயங்களைத் திருடுவார்கள்.

போலியான கிரிப்டோ எக்ஸேஞ்சுகள்

உங்களுக்குத் தெரியும் கிரிப்டோவை முறைப்படுத்த இங்கே சரியான அமைப்பு இல்லை. ஆகவே போலியாக ஒரு

எக்ஸேஞ்சினைத் தொடங்கி கிரிப்டோ மோசடி செய்வதும் நிகழ்ந்து கொண்டுதான் இருக்கின்றது. கட்டணம் குறைவு அல்லது கணக்குத் துவங்கினால் குறிப்பிட்ட அளவு பிட்காயின் இலவசம் என்பன போன்ற கவர்ச்சி அறிவிப்புகளுடன் எக்ஸேஞ்சுகளைத் துவங்கி அதில் கணக்கு ஆரம்பிக்க வைத்து உங்கள் பணத்தைச் சுருட்டும் வேலையும் நடைபெறுகின்றது.

ஆகவேதான் கிரிப்டோ முதலீடு செய்யும் ஆசை இருப்பின், நெடுங்காலம் நடப்பில் இருக்கும் நம்பிக்கையான எக்ஸேஞ்சுகளைத் தேர்ந்தெடுக்கச் சொல்வது.

கிவ் அவே (Give away) மோசடிகள்

சமூக ஊடகங்களில் இலவசமாக கிரிப்டோ நாணயங்கள் கொடுப்பதாகவோ அல்லது இரட்டிப்பு செய்து தருவதாக அவ்வப்போது சில இணைப்புகள் வரும். அதைப் பின் தொடரும் போது உங்கள் கிரிப்டோவை அவர்கள் மாற்றச் சொல்வதன் மூலமாகவோ அல்லது கிரிப்டோ தருவதற்குக் கட்டணம் தர வேண்டும் என்று வசூலிப்பதன் மூலமாகவோ நீங்கள் ஏமாற்றப்படுவீர்கள்.

மேன் இன் தி மிடில் அட்டாக் (Man in the Middle attack)

ஒரு பொது இடத்தில் உள்ள வைஃபை அல்லது ஒரு பொது இடத்தில் உள்ள கணினி மூலமாக நீங்கள் உங்கள் கிரிப்டோ வாலெட்டுகளில் நுழைகையில், உங்களுக்குத் தெரியாமலே ஹேக்கர்கள் உங்கள் கணக்கை ஹேக் செய்து திருடுவதும் நிகழலாம். இங்கே சொன்னவை கொஞ்சம்தான். இன்னும் நிறைய ஏமாற்று வழிகள் இருக்கின்றன. கொஞ்சம் கவனம் பிசகினாலும் அவ்வளவுதான்.

சைபர் கிரைம்

> பிறருக்குத் தீங்கு செய்யும் நோக்கத்தோடு கணினி மற்றும் இணையத்தின் மூலமாகச் செய்யப்படும் குற்றங்கள் சைபர் கிரைம் என வகைப்படுத்தப்படுகின்றது.

கிரிப்டோ கரன்சியின் பெயரால் எண்ணிலடங்கா குற்றங்கள் நிகழ்ந்து கொண்டிருந்தாலும், நிறைய மனிதர்கள் பணத்தைத் தொலைத்தாலும் காவல் நிலையத்தில் புகார் செய்பவர்களின் எண்ணிக்கை குறைவாகவே உள்ளது. இதற்குப் பலவிதக் காரணங்கள் உண்டு. அவற்றில் சிலவற்றையும், அந்தக் காரணம் ஏன் தவறு என்பதனையும் காணலாம்.

முதலாவது காரணம் – கிரிப்டோ வர்த்தகம் சட்ட விரோதம் என்று பயப்படுவது. ஆகவே புகார் செய்யப்போனால் நம்மையும் தண்டிப்பார்களோ என்று பயப்படுவது. ஆனால் நீங்கள் தெரிந்து கொள்ள வேண்டியது, இந்தியாவில் கிரிப்டோ வர்த்தகம் சட்ட ரீதியாகத் தடைசெய்யப்படவில்லை. ஆகவே நீங்கள் ஏமாற்றப்படும்போது எந்தப் பயமும், தயக்கமும் இன்றி புகார் செய்யலாம்.

இரண்டாவது காரணம் – காவல் நிலையம் செய்யத் தயக்கம்.

இப்போது நீங்கள் இணையத்திலேயே புகார் செய்யும் வசதி உள்ளது. எனவே தயங்காமல் புகார் செய்யலாம்.

மூன்றாவது காரணம் – பணம் திரும்பக் கிடைக்காது என்ற அவநம்பிக்கை.

உண்மையில் நமது மாநிலத்தின் சைபர் கிரைம் குற்றங்களைக் கண்டு பிடித்து பணத்தை மீட்டுத் தரும் விகிதம் அதிகமாகவே உள்ளது. எனவே அவநம்பிக்கையின்றி முயற்சி செய்தால் உங்கள் பணத்தைத் திரும்பப்பெறலாம்.

கிரிப்டோ கரன்சியினை ஒரு கணக்கில் இருந்து இன்னொரு கணக்கிற்குத்தான் மாற்ற முடியும். உங்கள் அடையாளத்தைச் சொல்லாமல் ஒரு எக்ஸேஞ்சில் கணக்குத் துவங்குவது பெரும்பாலும் முடியாது. ஆகவே பெரும்பான்மையான குற்றங்களில் இந்தக் கணக்குகளின் மூலம் குற்றவாளிகளை நெருங்கி விடுதல் சாத்தியமே.

நான்காவது காரணம் - சிறிய தொகையாய் இருக்கும்போது வரும் சோம்பேறித்தனம்.

அது சிறிய தொகையோ அல்லது பெரிய தொகையோ, நீங்கள் புகார் அளிப்பதன் வாயிலாக அந்தக் குற்றம் மீண்டும் நிகழாமல் தடுக்கலாம். உங்களைப் போல இன்னும் ஒரு மனிதன் ஏமாறாமல் காப்பாற்றலாம்.

இன்னும் ஒரு முக்கியமான விஷயம், ஒரு வேளை உங்கள் கணக்கிலிருந்த கிரிப்டோ கரன்சி உங்களுக்குத் தெரியாமல் வேறு ஏதேனும் குற்றச் செயல்கள் செய்வோரின் கணக்கிற்கு மாற்றப்பட்டிருப்பின், நீங்கள் புகார் செய்யாமல் இருக்கும் போது அந்தக் குற்றத்தில் உங்களையும் சேர்க்க வாய்ப்புள்ளது என்பதனை கவனத்தில் கொள்ளவேண்டும். உங்கள் புகார்களை இணையத்திலேயே பதிவு செய்யமுடியும் என்பதனை மீண்டும் நினைவில் இருத்திக் கொள்ளுங்கள். தமிழ்நாடு காவல்துறையின் கீழ்க்கண்ட இணையத்தள முகவரியில் உங்கள் புகார்களை எளிதாகப் பதிவு செய்யலாம்.

https://eservices.tnpolice.gov.in/CCTNSNICSDC/ComplaintRegistrationPage?0

தேசிய அளவிலான சைபர் கிரைம் குற்றங்களைப் பதிவு செய்வதற்கான இணைய முகவரி.

https://cybercrime.gov.in/

வாய்ப்புகளும் அபாயங்களும்

ஒரு புதிய துறை நம் கண் முன்னே விரியும்போதே அதில் பல வாய்ப்புகளும் அபாயங்களும் கலந்தேதான் வரும். அப்படியாய் கிரிப்டோ கரன்சியில் உள்ள வாய்ப்புகளும் அபாயங்களும் என்ன என்று அறிந்துகொள்வது நலம்.

வாய்ப்புகள்

- எந்தளவுக்கு இறக்கம் இருக்கின்றதோ அந்த அளவிற்கு ஏற்றமும் இருக்கும். சரியாகக் கவனித்து வாங்கவோ விற்கவோ செய்தால் நன்கு லாபமீட்டலாம்.
- மற்ற எல்லா முதலீடுகளை விடவும் இதில் அதிக அளவு லாபம் சம்பாதிக்கும் வாய்ப்புள்ளது. (சில நேரங்களில் ஒப்பிடவே இயலாத அளவு.)
- மிகக் குறைந்த தொகையைக் கூட (ரூ100) கூட முதலீடு செய்ய முடியும்.
- வாரத்தின் அனைத்து நாட்களிலும் அனைத்து நேரங்களிலும் (24 X 7) வர்த்தகம் செய்ய இயலும்.
- பொதுவாக, தற்போதைய நிலையில் நாணயங்கள் வாங்குவது மற்றும் விற்பதற்கான கட்டணம் எக்ஸேஞ்சுகளில் குறைவாகவே உள்ளது. (பங்குச்சந்தை முதலீடுகளின் கட்டணம் இதனைக் காட்டிலும் மிக அதிகமாக உள்ளன.)
- கிரிப்டோ கரன்சி என்பது எதிர்கால வணிகத்தின் அடிப்படையாக இருக்கக் கூடலாம் என்று

பெரும்பான்மையான நாடுகள் எண்ணுகின்றது. ஒருவேளை அது நடக்குமேயானால் இப்போதைய முதலீடு நன்கு வளர்வதற்கு வாய்ப்புள்ளது.

அபாயங்கள்

- நமது நாட்டில் இப்போதுதான் இது வளர்ந்து வரும் துறை. இதனைக் கண்காணிக்கவும் கட்டுப்படுத்தவும் முறையான சட்ட திட்டங்கள் நம் நாட்டில் மட்டும் அல்ல உலகளவிலேயே இல்லை. எனவே எளிதாக நம்மை ஏமாற்றக் கூடும். நம் பணத்தை நாம் இழக்கக்கூடும்.
- மற்ற முதலீடுகளில் இல்லாதவாறு இதில் ஏற்ற இறக்கங்கள் அதிகம். எப்போது எதற்காகக் குறைகிறது அல்லது அதிகரிக்கின்றது என்பதே 99% தெரியாது. எனவே இதனைச் சரியாகக் கவனித்து வர்த்தகம் செய்வது மிகக்கடினம்.
- சரியான எக்ஸேஞ்ச் மற்றும் நாணயத்தைத் தேர்ந்தெடுக்காவிட்டால் ஏமாற்றப்படும் வாய்ப்புகள் மிக அதிகம். இங்கே உங்களை முறையாக வழிநடத்த, கடந்த கால அனுபவங்கள் இல்லை என்பதனை நினைவில் கொள்க.
- அதிக ஆசைப்படுபவர்களோ, அதிகமாகப் பதற்றப்படுபவர்களோ இதில் அதிகமாக லாபமீட்டுவதில்லை என்பதுதான் நடைமுறை உண்மை.
- லாபம் குறைவாக இருப்பினும் இதனைக் காட்டிலும் மிக மிகப் பாதுகாப்பான பல முதலீட்டு வழிகள் நம் நாட்டில் உள்ளன.

கேள்விகள் ஆயிரம்

கிரிப்டோ கரன்சி என்பது புதிய துறை அதில் வாய்ப்புகள் அதிகம் என்பதையெல்லாம் தாண்டி, கடினமாக உழைத்து நாம் சம்பாதித்த பணத்தை அதில் முதலீடு செய்யப் போகிறோம் என்றால் நமக்குள் ஆயிரம் கேள்விகள் எழும். அப்படி நான் சந்தித்த பல கேள்விகளுக்கான விடைகள்தான் இதற்கு முன்னால் உள்ள பக்கங்களில் அத்தியாயங்களாக விரிந்திருக்கின்றது. இன்னும் சில கேள்விகளை அந்த வினாக்களின் வடிவிலேயே சந்தித்துத் தெளிவு பெறலாம்.

கிரிப்டோ கரன்சி சட்டவிரோதப் பயன்பாட்டுக்குப் பயன்படுவது உண்மையா?

முறையான கண்காணிக்கும் அமைப்புகள் இல்லை யாதலால் சட்டவிரோதப் பணப்பரிமாற்றங்களுக்கு கிரிப்டோ கரன்சி பயன்படுத்தப்படுவதாகச் செய்திகள் உள்ளன.

கிரிப்டோ கரன்சி இந்தியாவில் தடைசெய்யப்பட்டுள்ளதா?

இல்லை, இந்தியாவில் தடை செய்யப்படவில்லை. ஆனால் இது இந்தியப் பொருளாதாரத்தைச் சேதப்படுத்தக்கூடும் என்பதன் அடிப்படையில் இவற்றை ஊக்கப்படுத்துவதும் இல்லை.

கிரிப்டோவில் முதலீடு செய்ய நீங்கள் சிபாரிசு செய்வீர்களா? நீங்கள் செய்துள்ளீர்களா?

கிட்டத்தட்ட அனைத்து நண்பர்களும் கேட்கும் கேள்வி இதுதான். என்னைப் பொறுத்தவரை கிரிப்டோவில்

மட்டுமல்ல எந்த முதலீட்டுத் திட்டத்திலும் உங்களை முதலீடு செய்ய நான் சிபாரிசு செய்யமாட்டேன். ஏனென்றால் நான் ஒரு முதலீட்டு ஆலோசகர் கிடையாது. எனது வருமானத்தின் ஒரு பகுதியைச் சேமிக்கவும் முதலீடு செய்யவும் தொடர்ச்சியாக நிதித்துறை சார்ந்த திட்டங்களைப் பற்றிப் பார்ப்பதும் தெரிந்து கொள்வதுமுண்டு.

வங்கித்துறை சார்ந்த ஒரு தொழிலில் இருப்பதாலும், இதில் உள்ள ஆர்வத்தாலும் எனது தேவைகளைத் தாண்டியும் நிறைய விபரங்கள் சேகரிப்பதுண்டு. அதில் ஒரு பகுதியாகத்தான் கிரிப்டோ கரன்சி பற்றித் தெரிந்து கொண்டேன். அதனைத்தான் உங்களுக்குப் பகிர்ந்துள்ளேன். நான் கிரிப்டோவில் முதலீடு செய்துள்ளேனா எனக் கேட்டால், ஆமாம். செய்துள்ளேன்.

கடந்த ஒரு வருடமாக கிரிப்டோ வணிகம் செய்து, சில பல அனுபவங்கள் பெற்ற பின்னர்தான் இந்தப் புத்தகம் எழுத ஆரம்பித்தேன். என்னுடைய சொந்த அனுபவம் உங்களுக்குப் பயன்படக் கூடும் என்பதால் பகிர்கின்றேன்.

முதலில் ரூபாய் 5,000, அடுத்த மாதம் ரூபாய் 5,000 என மொத்தம் ரூபாய் 20,000க்கான நாணயங்கள் கொஞ்சம் கொஞ்சமாக வாங்கினேன். இந்த ரூபாய் 20,000ம்தான் நான் எடுக்கக் கூடிய ரிஸ்க்கின் அளவு. அதற்கு மேல் மனம் ஒப்பாது.

அதன் பின்னர் அந்த நாணயங்கள் எப்போதெல்லாம் உச்சம் வருகின்றதோ (அதாவது என் கணிப்பின் படி அது உச்சம்) அவற்றை விற்பேன். அது குறையும்போது மீண்டும் வாங்குவேன். இப்படியாய் என் முதலீடு எட்டு மாதத்திற்குப் பிறகு ரூ40000 வந்த வேளையில் அதிலிருந்து ரூபாய் 20,000த்தை எடுத்துவிட்டேன். இப்போது அதில் வந்த பணம் மட்டுமே உள்ளே இருக்கின்றது.

இதனை எளிமையாய் நான் சொல்லிவிட்டாலும், இதனை நிர்வகிப்பது சுலபமாக இல்லை. சில சமயம் ஆசைகள் நம்மைப் பிடித்து இழுப்பதும் நிகழ்ந்தது. அதனால் சம்பாதித்த லாபத்தில் பலவற்றை இழந்ததும் நிகழ்ந்தது.

கிரிப்டோவில் முதலீடு செய்பவர்களுக்கு ஏதேனும் ஆலோசனை தரும் தளங்கள் உள்ளனவா?

நிறைய இணையத்தளங்கள், யூ ட்யுப் சேனல்கள் போன்றவை கிரிப்டோ குறித்த தகவல்கள் மற்றும் ஆலோசனைகளைத் தருகின்றன. அதே போலச் சில நாணயங்களின் சொந்த இணையத்தளங்களும் உள்ளன.

இந்தியாவில் கிரிப்டோ கரன்சி

2013

2009ல் கிரிப்டோ கரன்சி உலகத்திற்கு அறிமுகம் ஆனாலும், 2013 காலகட்டத்தில்தான் இந்தியாவில் கிரிப்டோ கரன்சி ஒரு பேசுபொருளாக மாறியது. இந்தியாவில் விரைவாய் முன்னேறி வந்து கொண்டிருந்த கிரிப்டோ வர்த்தகத்தைப் பார்வையிட்ட மத்திய ரிசர்வ் வங்கி (RBI) டிசம்பர் 14, 2013 அன்று ஒரு சுற்றறிக்கையை வெளியிட்டது. அந்த அறிக்கை கிரிப்டோ சந்தை என்பது ஒரு நிலையற்ற சந்தை என்பதனைக் கோடிட்டுக்காட்டியது. மேலும் டிஜிட்டல் சொத்துக்களில் வர்த்தகம் செய்வதில் உள்ள அபாயங்களைப் பற்றியும் அதில் விளக்கி இருந்ததோடு வர்த்தகர்கள் கிரிப்டோ வர்த்தகத்திலிருந்து விலகி இருக்குமாறு ஒரு எச்சரிக்கையாகவும் அந்த அறிவிப்பு இருந்தது.

2017

2013க்குப் பிறகு சிலகாலம் இந்தியாவில் கிரிப்டோ வர்த்தகம் பெரிதாக வளரவில்லை. ஆனால் 2016 காலகட்டத்தில் இந்தியாவில் அதிகரித்த டிஜிட்டல் பரிமாற்றங்கள் மற்றும் பண மதிப்பிழப்பு நடவடிக்கைகளின் போது கிரிப்டோ கரன்சி வெகுவாகப் பரவி வளர ஆரம்பித்தது. ஆகையினால் பிப்ரவரி 1, 2017 மற்றும் டிசம்பர் 05, 2017ல் ஆர்.பி.ஐ. மீண்டும் எச்சரிக்கை அறிவிப்புகளை வெளியிட்டது.

2018

மார்ச்2018ல் மத்திய டிஜிட்டல் வரி வாரியமானது (CBDT – Central Board of Digital Tax) கிரிப்டோ கரன்சியைத் தடை செய்வதற்கான ஒரு வரைவுத்

திட்டத்தை நிதி அமைச்சகத்திடம் தாக்கல் செய்தது. இதன் அடிப்படையில் ஏப்ரல் 6, 2018ல் வங்கிகள் மற்றும் நிதி நிறுவனங்கள் கிரிப்டோ கரன்சி வர்த்தகங்களுக்குச் சேவை அளிப்பதைக் கட்டுப்படுத்தும் ஒரு அறிவிப்பினை வெளியிட்டது ஆர்.பி.ஐ. இதே ஆண்டு நவம்பர் ஒன்றாம் தேதி இந்தியாவின் முன்னணி கிரிப்டோ எக்ஸேஞ்சுகளில் ஒன்றான வசீர்எக்ஸ் நிறுவனர் 'நிஷால் ஷெட்டி' (Nischal Shetty) இந்தியாவில் கிரிப்டோ வர்த்தகத்தை மேம்படுத்தும் நோக்கில் '#IndiaWantsCrypto' என்ற பிரசாரரத்தைத் தொடங்கினார்.

2020

2020 மார்ச் மாதம், கிரிப்டோ வர்த்தகம் தடை தொடர்பான ரிசர்வ் வங்கியின் சுற்றறிக்கை அரசியலமைப்பிற்கு விரோதமானது எனக் கூறி தடையை நீக்கியது உச்ச நீதிமன்றம்.

2021

ஜனவரி 29, 2021ல் இந்திய அரசின் டிஜிட்டல் நாணயத்தை உருவாக்குவதற்கான மசோதாவை அறிமுகப்படுத்துவதாக மத்திய அரசு அறிவித்தது. நவம்பர் 23, 2021 அன்று கிரிப்டோ கரன்சி மற்றும் அதிகாரப்பூர்வ டிஜிட்டல் நாணய ஒழுங்குமுறை மசோதா 2021 (The Cryptocurrency and Regulation of Official digital Currency Bill, 2021) தாக்கல் செய்யப்பட்டது.

2022

மத்திய அரசின் 2022 பட்ஜெட்டில், கிரிப்டோ கரன்சிகள் மற்றும் டிஜிட்டல் சொத்துக்களுக்கான (என்.எஃப்.டி. போன்றவை) வரிவிதிப்பு குறித்து அறிவிக்கப்பட்டது.

- பிரிவு 115BBHன் படி கிரிப்டோ கரன்சிகளை வர்த்தகம் செய்வதால் கிடைக்கும் ஆதாயங்களுக்கு 30% (கூடுதலாக 4% செஸ்) வரி விதிக்கப்படுகின்றது. இது ஏப்ரல்1, 2022 முதல் பொருந்தும்.
- 194S பிரிவின்படி ஜீலை1, 2022 முதல், அதே நிதியாண்டில் பரிவர்த்தனைகள் ரூ.50000க்கு அதிகமாக இருந்தால் கிரிப்டோ சொத்துக்களை மாற்றும்போது, மூலத்தில் (TDS – Tax Deduction at Source) 1% வரி விதிக்கப்படும்.

நவம்பர் 1, 2022 அன்று மத்திய ரிசர்வ் வங்கி இந்தியாவின் டிஜிட்டல் பணமான சி.பி.டி.சி.யை (CBDC - Central Bank Digital Curency) அறிமுகப்படுத்தியது.

டிஜிட்டல் ரூபாயை வழங்குவதற்கு மத்திய ரிசர்வ் வங்கி தற்போது, ஸ்டேட் பேங்க் ஆஃப் இந்தியா, யெஸ் பேங்க், ஐசிஐசிஐ பேங்க் மற்றும் ஐடிஎஃப்சி ஃபர்ஸ்ட் பேங்க் ஆகிய நான்கு வங்கிகளுக்கு மட்டுமே அனுமதி அளித்துள்ளது.

இந்தியாவில் இப்போதும் கிரிப்டோ வர்த்தகம் நிகழ்ந்து கொண்டிருக்கின்றது. சட்ட ரீதியாக, இந்தியாவில் கிரிப்டோ வர்த்தகம் தடை செய்யப்படவில்லை. அதே சமயம் ஊக்குவிக்கப்படுவதும் இல்லை.

கிரிப்டோ கரன்சி – ஒரு மீள் பார்வை

ஒரு புரிதலுக்காக நாம் இதுவரை பார்த்தவற்றை ஒரு வரிசையில் நினைவுபடுத்திக் கொள்வோம்.

- கிரிப்டோ கரன்சி என்பது டிஜிட்டல் வடிவில் உள்ள ஒரு நாணயம் ஆகும்.
- இது காகித வடிவில் கிடையாது.
- நமது வங்கிக் கணக்கைக் கணினியில் பார்த்தால் எண்களாகத் தெரிவது போல, கிரிப்டோ கரன்சியையும் நாம் எண்களாக மட்டுமே பார்க்கமுடியும்.
- நம் வங்கிக் கணக்கில் உள்ள எண்களுக்கு ரூபாய் என்ற சொல் மதிப்புத் தருகின்றது. அது போல நம் கிரிப்டோ அக்கவுண்ட்டில் உள்ள எண்களுக்கு அது என்ன நாணயமோ அதன் மதிப்பு கிடைக்கின்றது. உதாரணமாக நீங்கள் 1 பிட்காயின் வைத்துள்ளேன் என்று சொன்னால் அது இன்றைய மதிப்பில் தோராயமாக 35 லட்சம் ரூபாய் வைத்துள்ளேன் என்று சொல்வதற்குச் சமம் ஆகும்.
- பொதுவாக உங்கள் வங்கிக் கணக்கில் இருந்து ஒரு தொகையை நீங்கள் இன்னொரு வங்கிக் கணக்கிற்கோ அல்லது ஒரு வர்த்தகருக்கோ டிஜிட்டல் முறையில் மாற்றும்போது அது ரிசர்வ் பேங்க் மூலமாக, கண்காணிப்பில் நடைபெறும். நீங்கள் புரிந்து கொள்ளும்படி சொல்லவேண்டுமென்றால். உங்கள் கணக்கில்

இருந்து ரிசர்வ் வங்கி அனுமதித்திருக்கும் சர்வருக்குப் போய் அங்கிருந்து நீங்கள் சொல்லும் வங்கிக் கணக்கிற்குச் செல்லும். ஆனால் கிரிப்டோ கரன்சியில் இது போன்ற கண்காணிப்பாளர் இடையில் இல்லை. ஒரு கிரிப்டோவிலிருந்து மற்றொன்றுக்கு நேரடியாக மாறிவிடும்.

- இந்தியாவில் இப்போதைக்கு கிரிப்டோ கரன்சியை வைத்து பொருட்கள் வாங்க முடியாது. எதிர்காலத்தில் அது நிகழக்கூடும்.
- கிரிப்டோ கரன்சியை எக்ஸேஞ்ச் மூலம் (டிஜிட்டல் முறையில்) வாங்கலாம், விற்கலாம், சேமிக்கலாம்.
- கிரிப்டோ கரன்சி டெக்னாலஜியின் பெயர் பிளாக் செயின் டெக்னாலஜி.
- பிட்காயின் என்பது கிரிப்டோவின் ஒரு வகை. இது போல நூற்றுக்கணக்கான காயின்கள் உள்ளன.
- இந்திய ரூபாயின் மதிப்பிற்கு எதிராக மற்ற நாடுகளின் பண மதிப்பு ஏறுவதும் இறங்குவதும் போலவே, கிரிப்டோ நாணயங்களின் மதிப்பும் ஏறவும் இறங்கவும் செய்யும். ஆனால் ஸ்திரத்தன்மை இன்றி ஒவ்வொரு நொடியும் மாற்றம் நிகழும்.

உலகில் இதுவரை 9 நாடுகள் கிரிப்டோ கரன்சிக்கு நேரடியான தடைவிதித்துள்ளன. அவை,

- சீனா
- வங்காளதேசம்
- நேபாளம்
- அல்ஜீரியா
- எகிப்து
- ஈராக்
- மொராக்கோ
- கத்தார்
- துனிசியா

இதனைத் தவிர இன்னும் 42 நாடுகள் வங்கி மற்றும் நிதி நிறுவனங்கள் கிரிப்டோ கரன்சி சார்ந்து எந்த

விதமான சேவைகளும் அளிக்கக்கூடாது என்று உத்தரவு பிறப்பித்துள்ளன.

துபாய் அரசு அந்த நாட்டில் இருக்கும் துபாய் உலக வர்த்தக மையத்தை (DUBAI WORLD TRADE CENTRE) கிரிப்டோ கரன்சி மற்றும் மெய்நிகர் சொத்துகளுக்கு (VIRTUAL PROEPRTIES) ஒழுங்குமுறை அமைப்பாகச் செயல்படும் கிரிப்டோ மையமாக (CRYPTO ZONE) ஆக அறிவித்துள்ளது.

விடைபெறும் முன்

கிரிப்டோ கரன்சி குறித்து ஓரளவு புரிந்து கொண்டிருப்பீர்கள் என்று நம்புகிறேன். இப்போது உங்களுக்கு ஒரு முடிவு கிடைத்திருக்கும், இதில் முதலீடு செய்யலாமா அல்லது வேண்டாமா என்று. இருப்பினும் ஒரு எச்சரிக்கைச் செய்தி.

ஜாக்கிரதை

- இன்றைய தேதியில் இந்தியாவைப் பொறுத்தவரை மிக அதிக ரிஸ்க் உள்ள முதலீடு இதுதான்.
- இதில் ஈடுபட வேண்டும் என்ற ஆர்வம் இருப்பின் உங்கள் ரிஸ்க்கின் அளவு என்ன எனத் தெரிந்துகொண்டு ஈடுபடுங்கள். உதாரணமாக மாதம் ரூ.30000 சம்பளம் வாங்குபவராக இருப்பின் ரூ.3000 மட்டும் முதலீடு செய்து வர்த்தகம் செய்து பாருங்கள். அதற்கு மேல் செய்வது வேண்டாம். ஒருக்கால் நீங்கள் பணத்தை இழந்தாலும் குறைந்த இழப்போடு வெளியே வந்து விடலாம்.
- எந்தச் சூழ்நிலையிலும் கடன் வாங்கியோ அல்லது நகைகளை அடகு வைத்தோ முதலீடு செய்யாதீர்கள். கண்டிப்பாக மாட்டிக் கொள்வீர்கள்.
- குறைந்த லாபம் போதும் என்ற மனக்கட்டுப்பாடு மிக மிக அவசியம்.
- உங்கள் ஆசையைக் கட்டுப்படுத்திக்கொள்வது மிக அவசியம். அது போன்றே படபடப்பு

மிக்கவராய் இருப்பின் முடிந்தவரை இந்தப் பக்கம் ஒதுங்காதீர்கள்.

- உங்கள் முகவரி (ID) மற்றும் கடவுச் சொல்லினை (PASS WORD) ரகசியமாக வையுங்கள். யாரிடமும் பகிர்ந்து கொள்ளாதீர்கள்.
- முடிந்தவரை தனிப்பட்ட கணினியில் டிரேட் செய்யுங்கள். பிரவுசிங் சென்ட்டர் போன்றவற்றில் டிரேட் செய்வதைத் தவிருங்கள்.